லஷ்கர் ஏ தொய்பா

ஓர் அறிமுகம்

லஷ்கர் ஏ தொய்பா

ஓர் அறிமுகம்

பா. ராகவன்

Lashkar E Taiba: Or Arimugam
Author's Name: Pa Raghavan

Published by Ezutthu Prachuram

Ezutthu Prachuram
(An imprint of Zero Degree Publishing)
No. 55(7), R Block, 6th Avenue,
Anna Nagar,
Chennai - 600 040

Website: www.zerodegreepublishing.com
E Mail id: zerodegreepublishing@gmail.com
Phone: 89250 61999

Ezutthu Prachuram First Edition: October 2022
ISBN: 978-93-93882-70-7
TITLE NO EP: 373

Cover Design & Layout: Vijayan

ஒரு குறிப்பு

சர்வதேச தீவிரவாத இயக்கங்களின் நெட் ஒர்க் குறித்த விரிவான ஆய்வு நூலான 'மாயவலை'யில் லஷ்கர் ஏ தொய்பா ஒரு பகுதியாக இடம் பெற்றது. வாசக வேண்டுகோளுக்கிணங்க அது மட்டும் தனி நூலாக இப்போது வருகிறது.

பொருளடக்கம்

Acknowledgements

லஷ்கர் ஏ தொய்பா குறித்து ஆங்கிலம் உள்பட எம்மொழியிலும் புத்தகம் ஏதும் இதுவரை வெளிவந்ததில்லை. பெயர் தெரிந்த அளவுக்கு அந்த இயக்கத்தின் உள்விவகாரங்கள் ஏதும் அதிகம் வெளியானதில்லை.

இந்நிலையில் லஷ்கர் குறித்த இந்நூலுக்குப் பெருமளவு தகவல்களை அளித்த நிறுவனம், *South Asian Terrorist Portal (<http://www.satp.org>).*

International Terrorism Monitor, மனித உரிமை அமைப்புகளின் பல்வேறு அறிக்கைகள், அஃப்ஸல் குரு வழக்கு தொடர்பான நீதிமன்ற வாத விவாதங்கள் போன்றவை லஷ்கர் குறித்த அடிப்படைத் தகவல்கள் பலவற்றை அளித்தன.

அஃப்ஸல் குருவின் மனைவி ஏஷியன் ஏஜ் பத்திரிகைக்கு எழுதிய கடிதத்தை நகலெடுத்து அனுப்பி உதவியவர், கொல்கத்தாவில் வசிக்கும் என் நண்பர் சி.வி. ராமச்சந்திரன். இந்திய நாடாளுமன்றத்தின் மீதான தாக்குதல் தொடர்பாக நந்திதா ஹக்ஸர், அருந்ததி ராய் ஆகியோர் எழுதிய கட்டுரைகளையும் தந்துதவியவர் இவரே.

கூகுள் சமீபத்தில் அறிமுகப்படுத்தியிருக்கும் புத்தகத் தேடல் வசதியின் மூலம் மத்தியக் கிழக்கின் தீவிரவாத இயக்கங்கள் குறித்த நூற்றுக்கணக்கான புத்தகங்களின் தேர்ந்தெடுத்த பக்கங்களைப் படித்துக் குறிப்புகள் எடுத்தேன். உலகம் முழுவதிலும் இந்தத் துறை சார்ந்து தொடர்ந்து உழைத்துவரும் பல்வேறு பத்திரிகையாளர்களின் பங்களிப்புகளை ஒரே இடத்தில் தொகுத்து வரிசைப்படுத்தி, பார்வைக்கு வைக்கும் தொழில்நுட்பத்தின் பிரம்மாண்டத்தின் முன் சிறு துரும்பென உணரவேண்டியுள்ளது.

அனைவருக்கும் நன்றி.

1

இந்தியனைக் கொல்வோம்!

சிட்டிசிங்புரா *(Chittisinghpura)* என்னும் பெயரை பில் கிளிண்டன் தன் வாழ்நாளில் கேள்விப்பட்டிருக்க நியாயமில்லை. பெரும்பாலான இந்தியர்களுக்கே கூட அது பரிச்சயமான பெயரல்ல. கோர்ட் வரை நாறடிக்கப்பட்டபிறகு மோனிகா லெவன்ஸ்கியின் பெயரைக் கேட்டால் பில் கிளிண்டன் எந்த அளவுக்கு அலறினாரோ அதைவிட அதிகமாக சிட்டிசிங்புரா என்னும் பெயரைக் கேட்டும் அலறியிருக்கிறார்.

காஷ்மீர் பள்ளத்தாக்கில் உள்ள ஒரு சின்ன எலிப் பொந்து கிராமம் அது. பச்சைப் பசேலென்று இருக்கும். கலவரம், கலகம், களேபரம் என்று காஷ்மீர் நித்தம் மும்மாரி எரிந்து கொண்டிருந்தபோது கூட, ஓரளவுக்கு அமைதியாகவே இருந்த பிராந்தியம்.

வசித்தவர்களுள் பெரும்பாலானோர் சீக்கியர்கள். தானுண்டு தன் வேலை உண்டு என்று இருப்பவர்கள். காஷ்மீர், இந்தியாவுக்குச் சொந்தமா, பாகிஸ்தானுக்கா

என்று இந்தப் பகுதிவாசிகளைக் கேட்டால் இறைவனுக்கு என்று ஒற்றை வார்த்தையில் பதில் சொல்லிவிட்டு கடும் சாயா குடிக்கப் போய் விடுவார்கள். அத்தனை சாது. அத்தனை சமர்த்து.

மார்ச் 20, 2000. கிச்சு கிச்சு மூட்டிக் கொஞ்சி விளையாடிக் கொண்டிருந்தது குளிர். கிராமத்தில் பாதி பேர் போர்வைக்குள் சுருண்டிருந்தனர். ஆனந்தமான நித்திரை. உறக்கம் கலைந்தவர்கள் வாசலில் உட்கார்ந்து என்னமோ உலக விஷயம் பேசிக்கொண்டிருந்தார்கள்.

வரிசை வரிசையாகப் பாய்ந்து வந்து நின்ற ஜீப்களை அவர்கள் ஆச்சரியத்துடன் பார்த்தனர். காலையிலேயே ரோந்து ஆரம்பித்துவிட்டார்களா? என்ன பிரச்னை? யோசித்துக் கொண்டிருந்தபோதே, அவர்கள் கும்பலாக இறங்கினார்கள். ஆளுக்கொரு திசையில் கையில் துப்பாக்கியோடு பாய்ந்தார்கள். ‘முகங்களைப் பார்க்கவேண்டாம். நமக்கு உயிர்கள் மட்டுமே முக்கியம். சுட்டுத்தள்ளுங்கள்!’ தொப்பி அணிந்த ஒருவன் கைகளைக் குவித்துக் கத்தினான். துப்பாக்கிகள் வெடிக்க ஆரம்பித்தன. ஆண்கள், பெண்கள், குழந்தைகள் என்று ஆங்காங்கே கொத்துக் கொத்தாகச் சுருண்டு விழ ஆரம்பித்தனர்.

பதினைந்து நிமிடங்கள். ஒட்டுமொத்த சிட்டிசிங் புராவும் வீறிட்டு அலறத் தொடங்கிய போது, அந்த உலக உத்தமர்கள் ஜீப்பில் ஏறிப் போயேவிட்டார்கள். சைரன் சத்தத்துடன் காவல் படையினர் க்ளைமாக்ஸில் அங்கு வந்து சேர்வதற்குள் முப்பத்தைந்து பேர் பலி.

நானக் சிங் மட்டும் உயிருடன் இருந்தான். உடல் முழுவதும் குண்டு காயங்களுடன். அப்படியே அள்ளிப்போட்டுக் கொண்டு ஆஸ்பத்திரியில்

சேர்த்தார்கள். காயமாவது மண்ணாங்கட்டியாவது? விசாரணை தொடங்கியது.

'யார் அவர்கள்?'

திக்கித்திக்கித்தான் பேசினான் நானக் சிங்.

'இந்திய காவல் படையினர்.'

அதிர்ந்துவிட்டது காவல் துறை. இவன் ஏன் இப்படி உளறுகிறான்? இந்திய காவல்துறையினர் எதற்காக அப்பாவி சீக்கியர்களைச் சாகடிக்க வேண்டும்? குடிக்கக் கொஞ்சம் தண்ணீர் கொடுத்து விட்டு, பொறுமையாக மீண்டும் விசாரித்தார்கள். சொன்னதையே திரும்பத் திரும்பச் சொன்னான் நானக் சிங். அழுத்தம் திருத்தமாக.

'சந்தேகமேயில்லை. காவல் படையினர்தான். யூனிஃபார்மில்தான் வந்திருந்தார்கள். காட்டு மிராண்டித்தனமாக எல்லோரையும் சுட்டுக் கொன்றார்கள்.'

மறுநாள் காலை தினசரிகளில் நானக் சிங்கின் வாக்குமூலம் வார்த்தை பிசகாமல் அப்படியே வெளியானது. சிட்டிசிங்புரா தன் சரித்திரத்தில் முதல் முறையாகச் செய்தி மோட்சம் அடைந்தது.

மனித உரிமைக் காவலர்கள் களத்தில் குதித்தார்கள். ஆர்ப்பாட்டங்கள். கோஷங்கள். காவல்துறை அடக்குமுறை ஒழிக. சீக்கியர்களைச் சீவித்தள்ளும் இந்து வெறியர்கள் ஒழிக. ஏகாதிபத்தியம் ஒழிக. விசாரணை கமிஷன் வை, சி.பி.ஐயைக் கூப்பிடு. வக்கில்லாத மாநில அரசே ராஜிநாமா செய். தத்தி மாதிரி பார்த்துக்கொண்டு சும்மா இருக்கும் மத்திய அரசே, நீயும் வீட்டுக்குப் போய்ச் சேர்.

இல்லவே இல்லை இது பாகிஸ்தானிய சதி என்று உச்சஸ்தாதியில் அலறியது இந்திய அரசாங்க அறிக்கை. ஒருவர் கூட இந்த அறிக்கையை நம்பவில்லை. எதற்கெடுத்தாலும் பாகிஸ்தானைக் குற்றம் சுமத்துவதே வேலையாகப் போய்விட்டது என்ற கொதிப்புடன் இன்னும் பெரிய அளவில் போராட்டத்தை ஆரம்பித்தார்கள்.

அப்போது பார்த்து பில் கிளிண்டன் இந்தியா வுக்கு வந்திருந்தார். சம்பிரதாயமான ட்ரிப்தான். பிரதமர் கைகுலுக்கல். பொருளாதார, வர்த்தக உடன் படிக்கைகள். பார்ட்னர்ஷிப். இத்யாதிகள். தாஜ்மஹால் வாசலில் மனையுடன் போட்டோவெல்லாம் எடுத்துக்கொண்டாரே, நினைவிருக்கிறதல்லவா? இடையில் பங்களாதேஷ் போவதாக ஏற்பாடு. புது தில்லி வந்து இறங்கி இருபத்து நான்கு மணி நேரம்தான் ஆகியிருக்கும். அதற்குள் சிட்டிசிங்புரா பற்றி எரிய ஆரம்பித்துவிட்டது.

வாயைத் திறக்காமல் சும்மா இருந்திருக்கலாம் கிளிண்டன். என்ன செய்ய? நாக்கில் சனி. போகிற போக்கில் ஒரு பேட்டி கொடுத்தார்.

'நடந்திருக்கும் படுகொலைகளைப் பற்றிக் கேட்கவே அதிர்ச்சியாக இருக்கிறது. அதுவும், நான் இந்தியா வந்திருக்கும் சமயம் பார்த்து இப்படி ஒரு சம்பவம் நடந்திருக்கிறது. ஒருவேளை நான் இங்கு வராமல் இருந்திருந்தால் இப்படி ஒரு தீய செயல் நடக்காமலேயே இருந்திருக்கலாம். ஆனால் ஒருவேளை நான் இங்கு வராமல் இருந்திருந்தால் அமெரிக்கப் பிரதமராக என்னுடைய கடமைகளை நான் நிறைவேற்றாமல் போயிருப்பேன்.'

இத்துடன் நிறுத்தியிருந்தாலும் பரவாயில்லை. தேவையற்ற ஒரு ஸ்டேட்மெண்ட்டையும் விட்டார் அவர். 'இந்தப் படுகொலைக்கு காரணம் இந்து மத வெறியர்கள்தான். இதில் எனக்கு சந்தேகமேயில்லை.'

போதாது, பற்றிக்கொள்ள? அவருக்கென்ன, பேசி விட்டார். அகப்பட்டது சிட்டிசிங்புராவல்லவா?

கலவரம் வெடிக்க ஆரம்பித்தது. இந்து மக்கள் ஒன்று கூடினர். ஒரு பாவமும் அறியாத எங்கள் மீது குற்றம் சுமர்த்த கிளிண்டனுக்கு என்ன அதிகாரம் இருக்கிறது? கிளிண்டனை ஒழுங்கு மரியாதையாக ஊருக்குத் திரும்பிப்போகச் சொல்.

பாதிப்படைந்த சீக்கியர்கள் ஒரு புறம். சண்டைக்கு வரும் இந்துக்கள் ஒரு புறம். வாயைக் கொடுத்து மாட்டிக்கொண்ட கிளிண்டன் மற்றொரு புறம்.

சிட்டிசிங்புரா பிரச்னை பூதாகாரமாக வெடித்துக் கொண்டிருந்து. விட்டால் போதும் என்று திரும்ப ஊருக்குப் போய்ச் சேர்ந்த கிளிண்டன் தடாரென்று பல்டி அடித்தார். 'ஐயயோ நான் இந்து வெறியர்கள் என்ற பதத்தைப் பயன்படுத்தவேயில்லை. ரிப்போர்ட்டர்கள் யாராவது ஸ்பெல்லிங் மிஸ்டேக் செய்திருப்பார்கள். இந்துக்கள் மிகவும் சமத்து. வம்புதும்புகளுக்கும் அவர்களுக்கும் ரொம்ப தூரம்.'

சிட்டிசிங்புரா என்னும் பெயர் கிளிண்டனோடு சேர்ந்து அமெரிக்கா வரை சென்று அடிபட்டது.

டிசம்பர் மாதம் சுஹைல் மல்லிக் என்னும் இளைஞன் இந்திய எல்லை பாதுகாப்புப் படையினரால் தற்செயலாக (சந்தேகத்தின் பேரில்) கைது செய்யப்பட்டான். பின்னர் சந்தேகம் ஊர்ஜிதமானது.

நியூ யார்க் டைம்ஸ் நிருபர் ஒருவர் அவனை சிறையில் வைத்து பேட்டிக் கண்டார்.

'சிட்டிசிங்புரா சம்பவத்துக்கும் உங்களுக்கும் தொடர்பு உண்டா?'

'நிச்சயமாக உண்டு.'

'நீங்கள் எந்த இயக்கத்துக்காக வேலை செய்கிறீர்கள்?'

ஒரு விநாடி கூடத் தாமதிக்கவில்லை அவன். பெருமிதமுடன் சொன்னான்: 'லஷ்கர்-ஏ-தொய்பா.'

இந்தியா. அமெரிக்கா. பாகிஸ்தான். மூன்று நாடுகளிலிருந்தும் வெளிவரும் அத்தனை செய்தித்தாள்களிலும் இதுதான் தலைப்புச் செய்தி. லஷ்கர்-ஏ-தொய்பா *(Lashkar-e-Toiba)* என்னும் பெயரை அனைவரும் சந்தேகத்துடனும் அச்சத்துடனும் உச்சரிக்க ஆரம்பித்தது அப்போதுதான். பின்னால் பாராளுமன்றத் தாக்குதல்வரை முன்னேறி லஷ்கர், இந்தியாவின் நம்பர் ஒன் தலைவலியானது வரையிலான சரித்திரத்தைப் பின்னால் பார்க்கப் போகிறோம். இப்போது மாட்டிக்கொண்ட சுஹைல் மல்லிக்.

அதட்டி, உதைக்க வேண்டிய அவசியமே இல்லாமல் கடகடவென்று அத்தனை சங்கதிகளையும் ஒப்பித் தான் அவன். பெயர் புனைபெயரல்ல. நிஜமாகவே அவன் சுஹைல் மல்லிக்தான். வயது பதினெட்டு. பூனை மீசை. சொந்த ஊர் சியால்கோட் *(Sialkot)*. லாகூரிலிருந்து 125 கி.மீ. தொலைவில் அமைந்துள்ள சிறு நகரம். ஜம்முவிலிருந்து கல்லெறி தூரம்.

வேலை வெட்டி இல்லாமல் வெறுமனே ஊர் சுற்றிக் கொண்டிருந்திருக்கிறான். திடீரென்று எங்கிருந்தோ

சிலர் வந்திருக்கிறார்கள். காப்பி, பலகாரம் வாங்கிக் கொடுத்து உட்கார வைத்து தோளில் கை போட்டுப் பேசியிருக்கிறார்கள். தம்பி, வாழ்க்கையில் முன்னுக்கு வர வேண்டாமா, உயர்ந்த லட்சியங்களை அடைய வேண்டாமா? உன் பெயர் சரித்திரத்தில் நிலைத்து நிற்க வேண்டாமா?

ஆஹா அதற்கென்ன? இந்த வேளை பசிக்கு உணவு கிடைத்துவிட்டதல்லவா? அவசியம் அனைத்தும் வேண்டும்தான். சரி கிளம்பி வா எங்களோடு என்று கையோடு அவனை அழைத்துக் கொண்டு சென்று விட்டார்கள். நல்ல சாப்பாடு, தங்குமிடம், வளமான எதிர்காலம் மூன்றும் உறுதி என்று அவன் கையைப் பிடித்து சத்தியம் செய்திருக்கிறார்கள்.

நேராக அழைத்துச் சென்றது பயிற்சி முகாமுக்கு. சகோதரா, சில அடிப்படை விஷயங்களைக் கற்றுக் கொண்டால்தான் உனக்கு வசதி. அப்போதுதான் எங்களுடன் நீ இணைய முடியும் என்றதும் சரி என்று தலையாட்டியிருக்கிறான் சுஹைல் மல்லிக்.

பயிற்சி ஆரம்பமானது. முதலில், குறி தவறாமல் துப்பாக்கியால் சுடும் பயிற்சி. கிளிப் பிள்ளைக்குக் கற்றுக்கொடுப்பதைப் போல் கற்றுக்கொடுத்திருக்கிறார்கள். பயிற்சிக்கு நடுவே சுஹைலுக்கு முதல் சந்தேகப் பொறி தட்டியிருக்கிறது. யார் இவர்கள்? எதற்காக இந்தத் துப்பாக்கி பயிற்சி? என்னை என்னவாக மாற்றப்போகிறார்கள்? இதில் ஏதேனும் அபாயம் இருக்குமா?

மறுநாள் காலை சம்பந்தப்பட்டவர்களிடம் தயங்கித் தயங்கிக் கேட்டான் சுஹைல். புன்னகையுடன் அவன் கையை இழுத்துப் பிடித்து பக்கத்தில் உட்கார வைத்துக்கொண்டு அடியைப் பிடிடா என்று ஆரம்பித்தார்கள்.

இந்தியா நம்முடைய எதிரி நாடு. இந்தியர்கள் நம் எதிரிகள். ஆகவே, அவர்களை அழித்துக் கொண்டிருக்கிறோம்.

‘இந்தியர்களைக் கொல்லவேண்டும் என்று ஏன் சொல்கிறீர்கள்?’

‘இல்லாவிட்டால் அவர்கள் முஸ்லீம் இனத்தையே வேறோடு அழித்துவிடுவார்கள்.’

அதற்குப் பிறகு எந்த சந்தேகமும் கேட்கவில்லை சுஹைல் மல்லிக். முஸ்லீம்களை எதிர்க்கிறார்கள். முஸ்லீம்களைக் கொல்கிறார்கள். ஆகவே, அவர்களை எதிர்ப்பதில், கொல்வதில் தவறேதுமில்லை. இந்த ஒரு காரணம் போதாது? போதும்.

மலையேறக் கற்றுக்கொண்டான். விதவிதமான துப்பாக்கிகளை இயக்கக் கற்றுக்கொண்டான். எத்தனை தொலைவிலிருந்தாலும் இலக்கு தவறாமல் குறி பார்க்கக் கற்றுக்கொண்டான். போதும் போதும் என்னும் அளவுக்கு மனம் முழுக்க இந்திய எதிர்ப்பை ஏற்றிக்கொண்டான்.

சரி, இனி நீ ஆட்டத்துக்குத் தயாராகலாம் என்று சொல்லி அவனைக் கட்டித் தழுவி கையில் 200 டாலர் நோட்டுகளைத் திணித்து போய் வா மகனே என்று நேராக சிட்டிசிங்புராவுக்கு அனுப்பி வைத்தார்கள்.

அந்த நியூ யார்க் நிருபர் சுஹைல் மல்லிக்கிடம் கேட்டார்.

‘அத்தனை அப்பாவி சீக்கியர்களைக் கொன்றிருக் கிறாயே. அவர்களைக் கொல்லும்போது என்ன நினைத்தாய்?’

'கொடுக்கப்பட்ட பணியை சரிவரச் செய்கிறேன் என்று பெருமிதம் அடைந்தேன். தவிரவும், நான் யார் யாரைக் கொல்ல வேண்டும் என்று எனக்கு அவர்கள் தெரிவிக்கவில்லை. அவர்கள் பெயர் கூட எனக்குத் தெரியாது. சுடு என்றார்கள் சுட்டேன். அவ்வளவுதான்.'

அகப்பட்டது ஒரு சுஹைல் மல்லிக்தான். எத்தனை எத்தனை மல்லிக்குகளை லஷ்கர்-ஏ-தொய்பா உருவாக்கி வைத்திருக்கிறது? யார் அவர்கள்? இந்தியர் கள் மீது, இந்தியா மீது ஏன் இத்தனை வெறுப்பு?

ஒரு விஷயம். பலரும் நினைத்துக்கொண்டிருப்பது போல லஷ்கர், பாகிஸ்தானில் பிறந்துவளர்ந்த இயக்கமல்ல. அதன் பிறப்பிடம் ஆப்கனிஸ்தான்.

2

உள்ளே நுழையாதீர்!

மனிதர்களும் வசிக்கும் பகுதிதான் அது. ஆனாலும் அந்தப் பிராந்தியத்துக்கு வெளியிலிருந்து எந்த கிராம, நகரவாசிகளும் பெரும்பாலும் போகமாட்டார்கள். காட்டு விலங்குகள் மீதான பயம் மட்டுமல்ல. காட்டு மனிதர்கள் மீதான பயமும். கடித்தா சாப்பிட்டு விடுவார்கள் என்று கேட்டுவிடாதீர்கள். சாப்பிடுவார்களோ இல்லையோ, கடித்துக் குதறிக் காயப்போட்டுவிடுவார்கள். அன்னியர்கள் உள்ளே வர அனுமதி இல்லை என்று போர்டு ஏதும் எழுதி வைக்காமல் அனுமதி மறுத்துக்கொண்டிருக்கும் புராதனமான ஒரு வம்சத்தின் வழித்தோன்றல்கள் அவர்கள்.

பஷ்டூன்களில் முன்னேறிய மக்களும் உண்டு. ஆனால் லஷ்கர் ஏ தொய்பா தோன்றிய பிராந்தியமான ஆப்கனிஸ்தானின் குனார் என்கிற அந்த ஒரு பகுதியில் மட்டும் கொஞ்சம் ஆபத்து சதவீதம் அதிகம். இருபதாம் நூற்றாண்டிலும் கற்காலத்தைக் காப்பாற்றி வந்த மக்களாக அவர்கள் இருந்தார்கள்.

கரடுமுரடான மலைகள். கால் தவறி நுழைந்து விட்டால் மீள முடியாதபடிக்கு அடர்ந்த காடு. ஹிந்துகுஷ் மலைத் தொடர் பகுதிகளுக்கே உரிய உறுத்தும் குளிர் சீதோஷணம். எங்கும் எந்த மிருகமும் நடமாடலாம். மிருகங்களுக்குக் குறிவைக்கும் வேடர்களின் நடமாட்டமும் அதிகமாகவே இருக்கும். இன்னமும் உண்டு விஷ அம்புகள். இரவுகளில் கூடியிருந்து மரக்கட்டைகளை எரித்துக் குளிர் காய்ந்து ஆடிப்பாடும் ஆதிவாசிகள். மூச்சைப் பிடித்துக்கொள்ளுங்கள். அங்கேதான் இப்போது நாம் போகப்போகிறோம்.

ஆப்கனிஸ்தானின் அந்த வடகிழக்கு எல்லையோரப் பிராந்தியத்துக்கு பஷ்டுனிஸ்தான் என்று பெயர். பொதுவாக அரசர்கள் காலத்திலிருந்து அரசியல்வாதிகள் காலம் வரை அந்தப் பகுதிக்கு யாரும் போய்ப் பார்த்ததில்லை. யாரோ சில மனிதர்கள் அங்கே வாழ்கிறார்கள் என்று தெரியும். ஆனால் எப்படி இருக்கிறார்கள் என்று போய்ப் பார்த்ததில்லை. நேஷனல் ஜாகரபிக் சானல்காரரர்கள் மாதிரி யாராவது போய்வந்தால்தான் உண்டு.

அப்படியொரு பகுதியைத்தான் இருபதாம் நூற்றாண்டின் புரட்சியாளர்களும் தீவிரவாதிகளும் தங்களுக்கான அடைக்கல ஸ்தலமாகத் தேர்ந் தெடுத்துக்கொண்டார்கள். வெறுமனே சதித்திட்டம் தீட்டவும் போர்ப்பயிற்சிகளுக்கும் மட்டுமல்ல. தயங்காமல் எத்தனை இயக்கங்கள் அங்கே வந்து ஹெட் ஆபீஸ் திறந்தாலும் பஷ்டூன்கள் ஆதரிப்பார்கள். அரசுக்கு எதிராகப் போராடுகிறாயா? போராடு. புரட்சி செய்கிறாயா? செய். யுத்தம் புரிகிறாயா? பேஷாகச் செய். ஆயுதம் தயாரிக்கிறாயா? என்ன ஒத்தாசை வேண்டுமானாலும் தயங்காமல் கேள். புலிப்பால், எலிப்பால் கூடக் கிடைக்கும்.

அவர்களுக்குப் படிப்பு கிடையாது. அரசியல் தெரியாது. புரட்சி புரியாது. தீவிரவாதம் என்றால் ஏதாவது பச்சிலை வேண்டுமா என்பார்கள்.

ஆனால் தங்களை நம்பி வந்து அடைக்கலம் கேட்டுத் தங்க விரும்பும் யாரானாலும் அனுமதிப்பார்கள். உயிரைக் கொடுத்து ஒத்துழைப்பார்கள். அதனால்தான் ஆப்கன் - சோவியத் யுத்த காலத்தின்போதும் சரி, அமெரிக்க - ஆப்கன் யுத்த காலத்திலும் சரி, ஆப்கன் போராளிகள் அத்தனை பேரின் அபிஷியல் அட்ரஸ் பஷ்டுனிஸ்தான் என்கிற குனார் பிராந்தியமாகவே இருந்தது. தொடக்ககாலத்தில் பாகிஸ்தான் பார்டரைத் தமது தலைமையிடமாகக் கொண்டு ஒசாமா பின்லேடன் அல் காயிதாவை வளர்த்தபோதும், பின்னாளில் அமெரிக்க யுத்தத்தின் இறுதியில் அவர் தலைமறைவானதும் கூட இந்தப் பிரதேசத்தில்தான்.

இது அமெரிக்காவுக்குத் தெரியாதா? அதன் சாட்டிலைட்டுகளுக்குத் தெரியாதா? ஹமீத் கர்சாய் தலைமையிலான இன்றைய ஆப்கனிஸ்தான் அரசுக்குத் தெரியாதா என்றால், ஆத்தா சத்தியமாகத் தெரிந்துதான் இருக்க வேண்டும்.

ஆனாலும் நெருங்க முடியாத பிராந்தியம் அது. அப்படியொரு அடர்த்தி, அப்படியொரு இருட்டு, அப்படியொரு அபாயகரமான மலைக்காடு. அமெரிக்க வீரர்கள் குனாரை 'எதிரி ஏரியா' என்றுதான் அழைப்பார்கள். அவர்களது ரெக்கார்டுகளிலும் *Enemy Central* என்றே குறிப்பிட்டிருப்பார்கள். தாலிபன்களாகட்டும், அவர்களுடைய தாத்தாக்களான குல்புத்தீன் ஹெக்மதியாரின் ஹெஸ்பி இஸ்லாமியாகட்டும் இன்னபிற ஆப்கன் ஜிஹாதி குழுக்களாகட்டும். உட்கார்ந்து யோசித்துப் புரட்சி பண்ண உகந்த இடம் அதுதான்.

எஸ்டாப்ளிஷ்மெண்ட் ஷாட் இந்தளவுக்குப் போதும். உள்ளே நடக்கிற விஷயங்களை இனி பார்க்கலாம்.

பாகிஸ்தானில் உள்ள எத்தனையோ பல மத அடிப்படைவாத அமைப்புகளுள் ஒன்று மர்கஸ் உத் தாவா வால் இர்ஷாத் *(Markaz-ud-Dawa-wal-Irshad).* மதப்பள்ளிக்கூடங்கள் நடத்துவது, மறைவாகத் தீவிரவாதத் துண்டுப் பிரசுரங்கள் வினியோகிப்பது, போராட்ட ஆர்வமுள்ள இளைஞர்களைத் திரட்டி ஆப்கனிஸ்தானுக்கு அனுப்புவது என்று வழக்கமான காரியங்கள் செய்துகொண்டிருக்கும் ஓர் இயக்கம் இது.

இந்த அமைப்பு, தனக்கென்று ஒரு ராணுவப் பிரிவை ஏற்படுத்திக்கொள்ள வேண்டும் என்று விரும்பி சில ஆப்கன் முஜாஹிதின்களை அணுகியது. இதன் தலைவரான ப்ரொபசர் ஹபீப் முஹம்மது சயீது (எந்த காலேஜில் உத்தியோகம் பார்த்தார் என்று தெரியவில்லை.) இதன் பொருட்டு பலமுறை ஆப்கனிஸ்தானுக்குப் போய் பல்வேறு போராளி இயக்கங்களின் தலைவர்களுடன் பேச்சுவார்த்தை நடத்தினார்.

ஒரு சிறந்த போராளி இயக்கத்தைத் தோற்றுவித்து, பயிற்சியளித்து, தயார் செய்யுமளவுக்கு பாகிஸ்தானில் வசதி வாய்ப்புகள் கிடையாது. ஸ்திரத்தன்மையற்ற அரசியல். எப்போது தூக்கிக் கொஞ்சி விளையாடுவார்கள், எப்போது பிடித்துப் பிராண்டி எடுப்பார்கள் என்றே கணிக்க முடியாத அரசியல்வாதிகள். (அப்போது பேனசிர், நவாஸ் ஷெரீஃப் மாற்றி மாற்றி ஆண்டுகொண்டிருந்த காலம்.) எனவே உருப்படியாக ஒரு தனியார் ராணுவத்தை உருவாக்க, எந்தப் பிரச்னையும் இல்லாத

ஆப்கனிஸ்தான் தான் சரி என்று அவர் நினைத்திருக்க வேண்டும். தவிரவும் அனுபவமுள்ள போராளிகள் பலர் இருக்கிற பிராந்தியம். குனார் மாதிரி ஒரு குகைக்காடு. பிரச்னை ஏதும் கிடையாது.

ஆகவே அவர் அடிக்கடி ஆப்கனுக்குப் பயணம் மேற்கொண்டார். பல்வேறு போராளித் தலைவர் களைச் சந்தித்துப் பேசி, சிலருடைய ஆதரவைப் பெற்று ஒருவழியாகத் தனக்கென்று ஒரு ஸ்கூலை அங்கே உருவாக்கியும் விட்டார்.

அல் காயிதா பயிற்சியளித்ததா என்று சரியாகத் தெரியவில்லை. ஆனால் ஆப்கன் முஜாஹிதின்களில் பல முக்கியஸ்தர்கள் குனாரில் தோன்றிய மர்கஸ் உத் தாவா வால் இர்ஷாத்தின் போர்ப் பயிற்சிப் பள்ளிக்கு வந்து பாடம் சொல்லிக்கொடுத்தார்கள். ப்ரொபசர் முதல் கட்டமாக பாகிஸ்தானிலிருந்து பன்னிரண்டு இளைஞர்களை அந்தப் பள்ளிக்கூடத்தில் 'படிக்க' அழைத்து வந்திருந்தார். ஆர்வமும் துடிப்பும் தீவிரமும் மதப் பற்றும் மிக்க இளைஞர்கள். *(1993ல் முதல்முதலில் இந்திய எல்லைக்குள் ஊடுருவிய லஷ்கரின் 12 நபர்கள் இவர்கள்தான்.)* அவர்களுக்கு அடிப்படை துப்பாக்கி சுடும் பயிற்சியில் ஆரம்பித்து, வெடி குண்டு தயாரிப்பது வரை அனைத்தையும் அங்கே கற்றுக்கொடுத்தார்கள். உளவு பார்ப்பது, உளவு பார்க்கப்படுவதிலிருந்து தப்பிப்பது, வரைபடங்கள் தயாரிப்பது, வரைபடங்களை வைத்துக்கொண்டு வேலை செய்வது என்று பார்த்துப் பார்த்து ஆய கலைகள் அனைத்தையும் கற்றுக்கொண்டபின் அந்த முதல் பேட்ச் பன்னிரண்டு பேரும் பாகிஸ்தானுக்கு வந்து, அடுத்த செட்டுக்கு அவர்களே பயிற்சி அளிக்க ஆரம்பித்தார்கள்.

லாஹூரில் ப்ரொபசருக்கு மிகப்பெரிய ஆதரவாளர் கூட்டம் இருந்தது. தனியே ஒரு குட்டி ராஜாங்கத்தையே அவர் நடத்திக்கொண்டிருந்தார். ஏகப்பட்ட அறக்கட்டளைகளின் பெயரில் வருஷம் முழுக்க நிறைய வருமானம். தவிரவும் எடுக்க ஒரு ஆள், பிடிக்க ஒரு ஆள் என்று எந்தப் பக்கம் போனாலும் கொண்டாட ஒரு கோஷ்டி உண்டு அவருக்கு.

எனவே புதிதாகத் தொடங்கிய தன்னுடைய ராணுவத்தை அடைகாக்கவும் மேல் பயிற்சி அளிக்கவும் புதிய போராளிகளை உருவாக்கவும் அவருக்கு லாகூரே சௌகரியமாக இருந்தது.

ஆனாலும் ஒரு பிரச்னை வந்தது. அது ப்ரொபசர் எதிர்பார்க்காத பிரச்னை.

1990ல் அமெரிக்க உளவுத்துறை சி.ஐ.ஏவுக்கு இருந்த அதிமுக்கியமான பணி, ஆசிய நாடுகளை அளவெடுப்பது. ஆப்கனிஸ்தானில் ஆரம்பித்து, பாகிஸ்தான், இந்தியா, இலங்கை, மலேசியா, சிங்கப்பூர் என்று கோபால் பல்பொடி விற்பனையாகிற அத்தனை தேசங்களிலும் சி.ஐ.ஏ. வின் ரகசியக் கண்கள் இருபத்தி நான்கு மணிநேரமும் விழித்தே இருந்தன.

எங்கே என்னென்ன நடக்கிறது, யார் யார் சமர்த்து, யார் யார் அபாயகரமானவர்கள், எந்தெந்த அறக்கட்டளை கள் எது எதுக்கு நிதி வசூலிக்கின்றன, வசூலிக்கிற பணம் எங்கெங்கே போகிறது, யார் சாப்பிடுகிறார்கள், ஒரு தேசத்திலிருந்து செய்யப்படுகிற ஐ.எஸ்.டி. கால்கள் அதிகம் யாருக்குப் போகிறது, அவர் யார், என்ன செய்கிறார், எந்த நாட்டில் என்ன ஜோலி பார்க்கிறார், ஒவ்வொரு தேசத்து உயர்மட்டத் தலைவர்கள், அடிப்பொடிகள், அமைச்சர்கள்,

அவர்களது அடிப்பொடிகள், எதிர்க்கட்சிக்காரர்கள், அவர்களது அடிப்பொடிகள் - இவர்களுக்கெல்லாம் அரசியலுக்கு அப்பால் யார் யாருடன் நெருங்கிய தொடர்பிருக்கிறது, எதற்காக அந்தத் தொடர்புகளைப் பராமரிக்கிறார்கள்? பெரிய பெரிய வர்த்தக முதலைகள் என்னென்ன செய்கின்றன, அவர்களோடு தொடர்பில் இருப்பவர்கள் யார் யார் -

மூச்சடைத்தால் நிறுத்தி ஒரு கணம் மூச்சு விட்டுக் கொள்ளுங்கள். ஓர் உளவு அமைப்பு இன்னதுதான் செய்யும் என்று சொல்வதற்கில்லை. சி.ஐ.ஏ. என்ன செய்யும் என்பது யாராலுமே யூகிக்க முடியாத விஷயம். எதற்காக அவர்கள் இத்தனை மெனக்கெட வேண்டும் என்று தோன்றலாம்.

விஷயம் இல்லாமல் இல்லை. அன்றைய தேதியில் ஆசியாக்கண்டத்தின் பல தேசங்களில் உருவான அறக்கட்டளைகள் பலவற்றுக்குத் தீவிரவாத இயக்கங்களுடன் மிக நெருக்கமான தொடர்பிருந்தது உண்மை. கிழக்காசிய நாடுகளில் இந்த அறக்கட்டளை பிசினஸ் படு வேகத்தில் நடந்துகொண்டிருந்தது. பாகிஸ்தான், இந்தியாவெல்லாம் அத்தோடு ஒப்பிட்டால் உறை போடக்காணாது.

ஆப்கன் யுத்தத்துக்குப் பிறகு ஆசியாவின் மீது அமெரிக்காவுக்கு விழுந்த கண், அதிகபட்சம் எத்தனை கொத்தித் தின்னலாம் என்றே பார்த்துக்கொண்டிருந்த நிலைமையில், பல்வேறு அறக்கட்டளைகள் அதன் பார்வையில் பட்டு கபளீகரமாகத் தொடங்கின.

இந்த அறக்கட்டளைக்கு இந்த இயக்கத்துடன் தொடர்பிருக்கிறது என்று அசைக்கமுடியாத ஒரு ஆதாரம் கிடைத்துவிட்டால் போதும். அடுத்தக் கணமே சம்பந்தப்பட்ட அரசுக்கு அமெரிக்க அதிபர்

ஆபீசிலிருந்து ஒரு நோட்டீஸ் வந்துவிடும். அந்த அரசாங்கம் அமெரிக்க ஆதரவு அரசாங்கமாக இருந்துவிடுகிற பட்சத்தில் உடனடியாக நடவடிக்கை மேற்கொள்ளப்படும். அறக்கட்டளைகளும் அதன் அதிபதிகளும் ஊத்தி மூடப்படுவார்கள். இருந்த இடம் தெரியாது. முதல் நாள் மாலை பார்த்த பெயர்ப் பலகை மறுநாள் காலை இருக்காது. சீமான் சுத்த பட்டணம் பொடி என்று வேறு போர்டு வைத்துவிடுவார்கள்.

அப்படிப்பட்ட ஒரு நெருக்கடி நமது ப்ரொபசருக்கு 1990ம் ஆண்டு மத்தியில் வந்தது.

அப்போது பாகிஸ்தானின் பிரதமராக இருந்தவர் நவாஸ் ஷரீஃப். நவாஸுக்கு முழு நேரப் பணி என்பது பேனசிர் புட்டோவை எதிர்ப்பது. பகுதி நேரப் பணி, பிரதம மந்திரியாக உத்தியோகம் பார்ப்பது. அது முஷரஃப்புக்கு முந்தைய காலகட்டம். பாகிஸ்தான் மக்கள் ஜெனரல் ஜியா உல் ஹக்கின் இரும்பு ஆட்சியிலிருந்து விடுபட்டு, கொஞ்சநாள் ஜனநாயக ஏசி காற்றை சுவாசிக்கலாம் என்று தீர்மானித்து அம்மணிக்கும் ஐயாவுக்கும் மாற்றி மாற்று வோட்டுப் போட்டுக்கொண்டிருந்தார்கள் அப்போது. இரண்டு பேரும் கிடைத்தவரை லாபம் என்று நிறைய ஊழலெல்லாம் புரிந்து சொத்து சேர்த்து சௌக்கியமாக வாழ்ந்து வந்தார்கள்.

இந்த நேரத்தில்தான் நவாஸ் ஷெரீஃபுக்கு அமெரிக்க அரசிடமிருந்து அந்த எச்சரிக்கை நோட்டீஸ் வந்தது.

'மர்க்கத் உல் தாவா வால் இர்ஷாத் என்கிற அமைப்பை நடத்திக்கொண்டிருக்கும் ப்ரொபசர் ஹபீஸ் முஹம்மது சயீது அத்தனை சரியான ஆள் இல்லை என்று நாங்கள் கருதுகிறோம். இந்த அமைப்பின் ஆயுதப் பிரிவான லஷ்கர் ஏ தொய்பா

குறித்துக் கேள்விப்படுகிற விஷயங்கள் எதுவும் ரசிக்கும்படி இல்லை. இவர்களுக்கு எங்கிருந்து பணம் கிடைக்கிறது? யார் யார் உதவுகிறார்கள்? பாகிஸ்தான் அரசே உதவி செய்கிறது என்று வருகிற செய்தி உண்மையா? இக்கடிதம் கண்ட ஏழு நாள்களுக்குள் தக்க பதிலனுப்ப வேண்டுகிறோம்.'

நவாஸ் ஷெரீஃப் பயந்துவிட்டார்.

அரசியல்வாதியாகவும் தொழிற்சங்கத் தலைவராக வும் பாகிஸ்தானில் கொட்டி முழக்கியவர்தான் என்றாலும் இம்மாதிரி ஏதாவது நெருக்கடி என்று வந்தால் எழுந்து ஓடி நாற்காலிக்குப் பின்னால் ஒளிந்துகொள்ளக் கூடியவர். அது அவரது இயல்பு. அதுவும் அமெரிக்காவிடமிருந்து எந்த விதமான தகவல் வந்தாலும் பயப்படுவார். என்னவோ ஏதோ என்று நினைத்தபடிதான் தபாலையே பிரிப்பார். அவரது ஆட்சிக்கால சரித்திரம் முழுவதும் இதற்கு ஏராளமான உதாரணங்கள் காணக்கிடைக்கின்றன.

ஆகவே என்ன ஏது, யார் என்று கூட விசாரிக்காமல் ப்ரொபசருடன் சம்பந்தப்பட்டவர்கள் யார் அகப்பட்டாலும் பிடித்து உள்ளே போடு என்று ஆணையிட்டார். லஷ்கர் தன் முழு பலத்தை முதல்முதலில் வெளிக்காட்ட வாகாக அமைந்த தருணம் அது.

3

ஒரு சூடான கனவு

நீடித்து நிற்கும் எந்த ஒரு போராளி இயக்கம் அல்லது தீவிரவாத இயக்கத்தையும் எடுத்துக்கொள்ளுங்கள். இரண்டு குணங்கள் அவர்களிடம் பார்க்க முடியும். முதலாவது அதிரடி. எதற்கும் அச்சப்படாமல் பாணா கிளப்புவது. இரண்டாவது குணம் டிஃபென்ஸ். தற்காப்பு ஆட்டம் ஆடுவது. எப்போது பதுங்க வேண்டுமோ, அப்போது பதுங்க வேண்டும். பாய வேண்டிய தருணத்தில் மட்டுமே பாய வேண்டும். அப்படி இல்லாமல் எல்லா சந்தர்ப்பங்களிலும் உணர்ச்சிவசப்பட்டு அதிரடிக் காரியங்களில் இறங்கினால் கண்டிப்பாக இழப்புகள் இருந்தே தீரும்.

சில சமயங்களில் அதிரடிகளைக் காட்டிலும் தற்காப்பு உத்திகள் மிகுந்த பலத்தைக் கொண்டு வந்து சேர்க்கும். எதிர்பாராத லாபங்கள் சித்திக்கும். பதுங்கியிருக்கும் நேரத்தில் இன்னும் பலத்தை அதிகரித்துக்கொள்ள

வாகான சந்தர்ப்பங்கள் அமையலாம். எதுவும் நடக்கலாம்.

நவாஸ் ஷெரீஃப் அரசால் தனக்கு ஆபத்து என்று தெரிந்ததும் லஷ்கர் செய்த முதல் அதிரடி, ஒரு சிறந்த தற்காப்பு நடவடிக்கையை மேற்கொண்டதுதான்.

மர்க்கத் உல் தாவா வால் இர்ஷாத் என்கிற அமைப்பை நடத்திக்கொண்டிருந்த ப்ரொபசர் ஹபீஸ் முஹம்மது சயீதுக்கும் லஷ்கர் ஏ தொய்பா என்கிற ராணுவ அமைப்புக்கும் ஸ்நானப் பிராப்தி கூடக் கிடையாது என்று சொல்கிற மாதிரி ஒரு காரியத்தைச் செய்தார்கள். லஷ்கரின் போராளிகளில் யாரைக் கேட்டாலும் மர்க்கத் உல் தாவாவா? அப்படின்னா? என்று கூசாமல் கேட்டுவிடுவார்கள். அதே மாதிரி ப்ரொபசரும் தனக்கும் லஷ்கருக்கும் எந்தத் தொடர்பும் இல்லை என்று எழுதிக்கொடுத்து சூடம் அணைத்துவிட்டார்.

ஒரு வகையில் அது உண்மையும் கூட. என்ன செய்தார்கள் என்றால், பல்வேறு போராளி இயக்கங்களுடன் நீண்ட நாள் தொடர்பில் இருந்தவரும், மிகத் தீவிர ஜிஹாதியும் மதவாதியுமான மௌலானா அப்துல் வாஹித் காஷ்மீரி என்கிற பண்டிதரைக் கூப்பிட்டு லஷ்கரைத் தாரை வார்த்துக் கொடுத்துவிட்டார் ப்ரொபசர்.

இந்த மௌலானாவின் பெயரை இன்னொரு தரம் திரும்பிப் போய்ப் படியுங்கள். கடைசிச் சொல்லின் அர்த்தம் அவர் காஷ்மீரைப் பூர்வீகமாகக் கொண்டவர் என்பது. ஆனால், இந்திய சுதந்தரம் - தேசப் பிரிவினையின்போது பாகிஸ்தானுக்குப் புலம் பெயர்ந்த குடும்பத்தைச் சேர்ந்தவர். காஷ்மீர் கண்டிப்பாக பாகிஸ்தானுக்குச் சொந்தமான ஒரு நிலப்பரப்பு என்னும் கருத்தாக்கம் கொண்டவர்.

அதற்காக ராணுவ நடவடிக்கை மேற்கொள்வதைத் தவிர வேறு வழியில்லை என்பதில் உறுதியாக இருப்பவர். அரசாங்கங்களால் நயா பைசாவுக்குப் பிரயோஜனமில்லை, அர்ப்பணிப்பு உணர்வுள்ள ஜிஹாதி இளைஞர்கள் மூலம்தான் காஷ்மீரைக் கைப்பற்ற முடியும் என்பது அவரது சித்தாந்தம். அதற்காகத்தான் அவர் பாடுபட்டுக்கொண்டிருந்தார்.

ஆனால் இந்த மௌலானாவிடம் லஷ்கரை ஒப்படைக்கும்போது ப்ரொபசர் இதையெல்லாம் சிந்தித்துக்கொண்டிருக்கவில்லை. நமக்கு வேண்டியது என்ன? லஷ்கர் ஏ தொய்பா என்கிற இயக்கம் உருத்தெரியாமல் அழிந்துபோய்விடக்கூடாது. சில இளைஞர்கள் இருக்கிறார்கள். இன்னும் பல பேர் வரப்போகிறார்கள். ஆயிரக்கணக்கான போராளிகள் இங்கே பிறந்து வளரப்போகிறார்கள். இஸ்லாத்துக்கு எதிரான சக்திகளை ஒழிக்கத் தம்மாலான காரியத்தை லஷ்கர் ஆற்றப்போகிறது. தவிரவும் பாகிஸ்தானிலுள்ள பிற குட்டி இயக்கங்களைப் போல லஷ்கருக்கு உள்ளூர் பிரச்னைகள் சார்ந்த கோரிக்கைகள் ஏதும் கிடையாது. பிரிவினைப் பக்கவாத வியாதி ஏதுமில்லை. அல் காயிதா போல, ஹிஸ்புல்லா போல உலகின் அதிபலம் வாய்ந்த ராணுவங்களில் ஒன்றாக அது வார்த்தெடுக்கப்பட வேண்டும். யாரும் நெருங்கமுடியாத மாபெரும் காரியங்களைத் தனித்து சாதிக்கக்கூடிய வல்லமை பொருந்தியதாக இருக்கவேண்டும்.

இவைதானே? இதற்குச் சரியான ஆள் மௌலானா அப்துல் வாஹித் காஷ்மீரிதான் என்று ப்ரொபசர் நினைத்தார். உடனடியாகச் செய்யவேண்டியது, பாகிஸ்தான் அரசாங்கத்தின் கிடுக்கிப் பிடியிலிருந்து லஷ்கரைக் காப்பாற்றிக் கரை சேர்ப்பது. அடுத்த காரியம் மேலே சொன்னது.

ஆகவே, மௌலானாவைக் கூப்பிட்டுப் பேசினார்கள். மர்க்கத் உல் தாவா வால் இர்ஷாத் என்கிற இஸ்லாம் வளர்ப்பு நிறுவனத்துக்கும் லஷ்கர் ஈ தொய்பா என்கிற தனி ராணுவத்துக்கும் யாதொரு சம்பந்தமும் கிடையாது. மௌலானா அவர் இஷ்டத்துக்கு லஷ்கரை வளர்த்து, வார்த்து எடுக்கலாம். ஆயத்தப் பயிற்சிகளிலிருந்து ஆயுதப் பயிற்சிகள் வரை கொடுத்து, உரிய தேவைகளுக்கு லஷ்கரைப் பயன்படுத்திக்கொள்ளலாம் என்று ஏற்பாடானது.

கிட்டத்தட்ட தத்துக் கொடுப்பது மாதிரிதான். தத்து பெறுபவர் முற்றிலும் தகுதி வாய்ந்த நபர் என்பதுதான் ப்ரொபசருக்கு இருந்த சந்தோஷம். என்ன இருந்தாலும் நிறுவனர் என்கிறபடியால் தூர இருந்து ரகசியமாக வழிகாட்டும் பணியை மட்டும் தான் தொடர்ந்து மேற்கொள்ள முடியும் என்றும் சொல்லியனுப்பினார்.

மௌலானா தன்னிடம் ஒப்படைக்கப்பட்ட இளம் போராளிகளுடன் லாகூரைவிட்டுப் புறப்பட்டார்.

மறுபுறம் ப்ரொபசர் தன்னுடைய மர்க்கத் உல் தாவா ஒரு பரிபூரண மத அமைப்புதான், இஸ்லாத்தை போதிப்பதைத் தவிர தான் வேறெந்த காரியத்தையும் செய்யவில்லை என்பதை அழுத்தம் திருத்தமாக நிரூபிக்கும் விதத்தில் தனது கதவுகளை அகலத் திறந்து வைத்தார். நிறைய பொதுக்கூட்டங்கள், ஆன்மிக மாநாடுகள், சிறப்பு வகுப்புகள் என்று நடத்த ஆரம்பித்தார். மூடப்படாத வாசல்களைக் கொண்ட அமைப்பு என்று அவருடைய நிறுவனம் பெயர் பெறத் தொடங்கியது. ஆயுதங்களல்ல, ஒரு அரை பிளேடு கூட அவரது அலுவலகத்தில் கிடைக்காது. எவ்வித பாதுகாப்பு ஏற்பாடுகளும் இல்லாமல்தான்

வெளியே வருவார், நண்பர்களைச் சந்திப்பார், கூட்டங்களுக்குப் போவார்.

நிறுவனத்தின் கணக்கு வழக்குகள் அனைத்தையும் திறந்த புத்தககமாக்கினார். யாரும் வரலாம், யாரும் பரிசோதிக்கலாம். வரி விவகாரங்களிலிருந்து வழி விவகாரங்கள் வரை அனைத்திலும் வெளிப் படையான அணுகுமுறையைக் கடைபிடிக்கத் தொடங்கினார். ரகசியம் என்கிற பேச்சுக்கே இடமில்லை.

எனவே அமெரிக்கப் புகாரின் பேரில் நவாஸ் ஷெரீஃப் அரசு ப்ரொபசரையும் அவரைச் சார்ந்தவர்களையும் குடைந்தெடுக்கத் தொடங்கியபோது உருப்படியாக ஒரு ஆதாரமும் தேறவில்லை.

எங்கே போனார்கள் லஷ்கர் போராளிகள்?

❍

நாம் லாகூரில் கழித்த தினங்கள் போதும். இப்போது லஷ்கர் போன பாதையில் போயாக வேண்டும். அது, லாகூரிலிருந்து முஸஃபராபாத் போகிற பாதை.

ப்ரொபசரிடமிருந்து மௌலானா வசத்துக்கு வந்தபிறகும் கூடப் பல காலத்துக்கு லஷ்கர் ஏ தொய்பாவின் தலைமையகம் லாகூராகவே இருந்தது என்று ஒரு சாரார் இன்னும் சொல்லிக்கொண்டிருக்கிறார்கள். இதற்கு வலுவான ஆதாரங்கள் ஏதுமிருப்பதாகத் தெரியவில்லை. நவாஸ் ஷெரீஃப் பதவிக்காலத்தில் அதற்கான அரசியல் சூழலும் சரியாக இல்லை. கண்டிப்பாக, லஷ்கர் போன்ற ஒரு வளரும் இயக்கத்தைப் பிரச்னைக்கு நடுவே வைத்துக்கொண்டிருக்க யாரும் விரும்பமாட்டார்கள்.

ஒரு வேளை காலிப்பெருங்காய டப்பாவில் வாசனை மட்டும் மிச்சமிருப்பது போல, லாகூரை விட்டுப் போன பிறகும் ஒரு சில தொடர்புகள் அங்கே எஞ்சியிருந்திருக்கலாம். மற்றபடி தலைமையகத்தையே லாகூரில் வைத்துக்கொண்டு பயிற்சியளிக்க மௌலானா மசாலா இல்லாத ஆள் இல்லை.

அன்று முதல் இன்றுவரை, பாகிஸ்தானிலிருந்து கொண்டு இந்தியாவில் தீவிரவாதம் வளர்க்க விரும்பும் அத்தனை இயக்கங்களுக்கும் அடைக்கலம் கொடுத்துக்கொண்டிருப்பது பாகிஸ்தான் வசமிருக்கும் காஷ்மீரின் சில பகுதிகள்தான். கொட்லி என்று ஒரு பிராந்தியம். சுஃபைதா என்றொரு பிரதேசம். பட்ராஸி என்றொரு பகுதி. டர்க்குடி, முஸஃபராபாத், கில்கிட் என்று முழு காஷ்மீரின் வடமேற்குப் பகுதி எல்லைகளாக இருந்து *1948* இந்தியா - பாகிஸ்தான் யுத்த நிறுத்தத்தின் போது பாகிஸ்தான் வசம் போய்விட்ட நிலப்பரப்பில் இருந்துதான் பெரும்பாலும் இவர்கள் செயல்படுவது வழக்கம்.

இந்தப்பகுதிகளை 'பாகிஸ்தான் அபகரித்துக்கொண்ட காஷ்மீர்' என்று இந்தியா சொல்லும். 'சுதந்தர காஷ்மீர்' என்று பாகிஸ்தான் சொல்லும். அந்த காஃபி - டாஃபி யுத்தம் நீடித்துக்கொண்டிருப்பதைத் தேவைப்பட்டால் பிறகு பார்த்துக்கொள்ளலாம். இப்போது லஷ்கர்.

லாகூரிலிருந்து கூடாரத்தை காலி செய்துகொண்டு வேறு இடம் தேடிப்போன லஷ்கருக்கு முஸஃபராபாத் சரியான, வாகான பிராந்தியமாக அமைந்தது. ஒரு பக்கம் ஜீலம் நதி. இன்னொரு பக்கம் நீலம் நதி.

நடுவே மிச்சமிருக்கும் நிலப்பரப்பிலெல்லாம் முரட்டுத்தனமாக ஒரு தாதா போல் லுங்கியை மடித்துக்கட்டி எழுந்து நிற்கும் இமயத்தின் பல குட்டிச் சிகரங்களைக் கொண்ட மலைப்பரப்பு. ஒரு லாங் ஜம்ப் செய்தால், இந்திய எல்லைக்குள் வந்து விழுந்துவிடலாம். பாரமுல்லாவும் குப்வாராவும் பக்கத்து வீடுகள். ஒரு மாரத்தானுக்குப் பழகிவிட்டால் ஜம்முவுக்கும் ஸ்ரீநகருக்கும் வைகோ மாதிரி நீதி கேட்டு நடந்தே போய்விடலாம்.

கிட்டத்தட்ட ஆறாயிரம் சதுர கிலோ மீட்டர் பரப்பளவு. காடுதான். குளிர்தான். மலைதான். பனிதான். வேறு எதுவும் கிடையாது. துப்பாக்கி சுட்டு, பீரங்கி பழகி பயிற்சி எடுத்துக்கொண்டால் ஏனென்று அக்கம்பக்கத்தில் யாரும் கேட்கமாட்டார்கள். கேட்க ஒரு நாதி கிடையாது என்பதுதான் விஷயம். அந்தளவு இடத்துக்கு மக்கள் தொகை குறைவு. தவிரவும் எல்லைப் பகுதிகளுக்கே உரிய சௌகரிய - அசௌகரியங்கள் அங்கே உண்டு என்பதால்தான் பெரும்பாலான தீவிரவாத இயக்கங்கள் முஸஃபராபாத்துக்கு ஜே என்று சொல்கின்றன.

லஷ்கர் போராளிகளை அங்கே அழைத்துவந்த மௌலானாவுக்கு காஷ்மீர்தான் ஆதிக்கனவு என்பதை ஏற்கெனவே பார்த்தோம். எப்படியாவது காஷ்மீரை இந்தியாவின் பிடியிலிருந்து விடுவித்து விட வேண்டுமென்கிற தன்னுடைய பால்யக் கனவை லஷ்கர் இளைஞர்களைக் கொண்டு செயல்படுத்துவதுதான் அவர் திட்டம். ஒரு வேளை ப்ரொபசர் அவர்களுக்கு வேறு கனவை ஊட்டி வளர்த்துவிட்டிருந்தால் அது கஷ்டம். ஒரு இலக்கு என்று அதுவரை ஏதும் அவர்களுக்குத் திட்டவட்டமாக சொல்லப்படவில்லை என்பதால்,

எளிதில் காஷ்மீரை அவர்கள் நெஞ்சுக்குள் அவரால் திணித்துவிட முடிந்தது.

காஷ்மீர். அதை இந்தியாவின் பிடியிலிருந்து விடுவிக்க வேண்டுமென்பது முதல். பிறகு அதை பாகிஸ்தானுடன் இணைப்பது என்கிற அடுத்தத் திட்டம். நடுவே, இரண்டு நாடுகளுக்கும் கூடாது; காஷ்மீர் ஒரு தனி சுதந்தர தேசமாக இருக்க வேண்டும் என்கிற கொள்கையுடன் போராடும் வேறு சில இயக்கங்கள் குறுக்கே வரும். அவர்களைப் பிறகு பார்த்துக்கொள்ளலாம். இப்போதைக்கு, டார்கெட் இந்தியா.

மௌலானாவுக்கு நிறையவே அரசியல் தெரியும். அதைவிட முக்கியம், அரசியல்வாதிகளைப் பற்றித் தெரியும். என்ன செய்தால் பிரச்னை வரும் என்பதைக் காட்டிலும், எதெல்லாம் பிரச்னையில்லாத காரியம் என்பதை அவர் நன்கறிவார். 1948ம் வருஷம் தொடங்கி காஷ்மீரை முன்வைத்து என்ன செய்தாலும் பாகிஸ்தானில் கண்ணை மூடிக்கொண்டு வோட்டுப் போட்டுவிடவும் கொட்டிக் கொடுத்து அனுப்பவும் அரசியல்வாதிகள் உண்டு. காஷ்மீருக்காகப் போராட ஓரியக்கம் இருக்கிறதென்றால், அவர்களுக்கு உதவ மாட்டேன், ஒத்துழைக்க மாட்டேன், அவர்களை வளர விடமாட்டேன் என்று அங்கே எந்த அரசியல்வாதியும் சொல்லமாட்டார்கள். சொல்ல முடியாது என்பதுதான் விஷயம்.

மக்கள் அவர்களைக் கொத்து பரோட்டா போட்டுவிடுவார்கள். அந்தளவுக்கு காஷ்மீர் என்கிற நிலப்பரப்பை ஒரு கனவாக விதைத்து, போதை மருந்து போல் ரத்தத்தில் ஊறச் செய்து உருவேற்றிவிட்டிருந்தார்கள். காஷ்மீர் மட்டும் கிடைத்துவிட்டால் பாகிஸ்தான் சொர்க்க லோகமாகி

விடுமா என்றெல்லாம் கேட்கவே முடியாது. கேட்கவும் கூடாது. முதலில் காஷ்மீர். மற்றவை பிறகு. அவ்வளவுதான்.

ஆகவே, இளம் லஷ்கர் போராளிகளின் மனத்தில் காஷ்மீர் என்கிற கனவை விதைத்து, அதற்காகப் போராடுவதுதான் பிறவிப் பயன் என்று எடுத்துச் சொல்லி, காஷ்மீரின் ஒரு பகுதியான முஸஃபராபாத்திலேயே அவர்களைத் தங்க வைத்துப் பயிற்சியளிக்கத் தொடங்கியபோது, கண்டிப்பாக பாகிஸ்தான் அரசால் எந்தப் பிரச்னையும் தங்களுக்கு இல்லை என்பதை மௌலானா மனதார உணர்ந்திருந்தார். வேண்டியதெல்லாம் ஒன்றுதான். அரசாங்கம் என்ன உதவி செய்யும் என்கிற பட்டியல்.

கணக்குப் போட ஆரம்பித்தார். கூடவே பயிற்சிகளை யும் தாமதமில்லாமல் தொடங்கினார். அதுநாள் வரை அரை டிக்கெட் போராளிகளை மட்டுமே பார்த்துவந்த முஸஃபராபாத், முதல் முதலில் பக்கா ப்ரொஃபஷனலாகப் போர்ப்பயிற்சி பெறும் ஒரு கோஷ்டியைப் பார்த்தது.

மௌலானாஅப்துல்வாஹித்காஷ்மீரிஎப்பேர்ப்பட்ட ஆள் என்பது அப்போது புரிந்தது. ப்ரொபசர் தங்களை ஒரு சாதாரண ஆளிடம் அனுப்பவில்லை; மாறாக போர்க்கலை நுணுக்கங்களில் மாஸ்டரான ஒருத்தரிடம்தான் அனுப்பியிருக்கிறார் என்று லஷ்கர் இளைஞர்களும் நினைத்தார்கள். பகலெல்லாம் பயிற்சி. இரவு படுத்தால் கனவு. கனவில் காஷ்மீர் வரும். அதைத் தாங்கள் போராடி வென்று எடுக்கும் காட்சி வரும்.

முஸஃபராபாத்தின் குளிருக்கு அவர்களுக்கு அந்தச் சூடான நினைவு ஒன்றுதான் போர்வை.

4

தலைகள், தகவல்கள்

மௌலானா அப்துல் வாஹித் காஷ்மீரியின் அடிப்படை நோக்கம் காஷ்மீராக இருந்தாலும், அவர் தம்மிடம் ஒப்படைக்கப்பட்ட லஷ்கர் ஏ தொய்பா என்கிற இயக்கத்தின் நோக்கமாக காஷ்மீரை மட்டும் முன்னிறுத்தவில்லை. காஷ்மீர் ஒரு பகுதி. சொல்லப்போனால் பெரும்பகுதி. ஆனால் ஒரு அஜெண்டா என்று வரையறுக்கும்போது கொஞ்சம் பெரிய கான்வாஸில் வேலை செய்வதாகக் காட்டுவதுதான் கம்பீரமாக இருக்கும் அல்லவா?

ஆகவே தெற்காசியாவில் - ரஷ்யா, சைனா போன்ற கம்யூனிச, பழைய கம்யூனிச தேசங்கள் உள்பட - இஸ்லாத்தின் செல்வாக்கை அதிகப்படுத்தி, முழுமை யாக ஆளச்செய்யும் அளவுக்கு முஸ்லிம்களின் கரங்களை வலுப்படுத்தி, அவர்களுக்கு வேண்டிய அத்தனை உதவிகளையும் செய்வதே லஷ்கரின் அடிப்படை நோக்கம். அடிப்படைவாதம் என்று நீங்கள் சொல்கிறீர்களா? சொல்லிக்கொள்ளுங்கள்.

அடாவடித்தனம் என்கிறீர்களா? அது உங்கள் பார்வை, உங்கள் இஷ்டம். எங்கள் வழி இதுதான். எங்கும் இஸ்லாம், எதிலும் இஸ்லாம். உலகை ஆளும் தகுதி இந்த ஒரு மதத்துக்குத்தான் இருக்கிறது. ஆகவே இஸ்லாத்துக்கு, முஸ்லிம்களுக்கு எதிரான அடக்குமுறை எங்கெல்லாம் தலையெடுக்கிறதோ, அங்கெல்லாம் ஆயுதத்துடன் லஷ்கர் செல்லும். அதிகாரவர்க்கத்தை அசைத்துப் பார்க்கும். அசைய வில்லையா? பெயர்த்து எடுக்கும். பெயரவில்லையா? பிளந்து போடுவோம்.

லஷ்கரின் கொள்கைப் பிரகடனத்தைச் சுருக்கிப் பார்த்தால் இப்படித்தான் தெரியும். லாகூரில் இருந்தவரை இப்படியொரு பிரகடனம் வெளியிடப் பட்டதாகத் தெரியவில்லை. முஸஃபராபாத்துக்கு வந்த பிறகுதான் ஏதோ ஒரு நல்ல நாள் பார்த்து உட்கார்ந்து எழுதி, பிரசுரித்திருக்கிறார்கள்.

லஷ்கரின் கொள்கையை, வழிமுறைகளை வகுத்தவர் மௌலானா அப்துல் வாஹித் காஷ்மீரிதான் என்பதில் சந்தேகமில்லை. ஆனால் அது முஸஃபராபாத்துக்கு வந்தபிறகு ஆப்கனிஸ்தானிலிருந்து வந்து இணைந்து கொண்ட சில முன்னாள் ஆப்கன் ஜிஹாதிகளின் பங்கும் இதில் இருந்திருக்கக் கூடும் என்கிற சந்தேகம் இருக்கிறது.

பெரும்பாலும் பாகிஸ்தானியர். ஓரளவு ஆப்கனிஸ்தான் இளைஞர்கள். மிகச்சில காஷ்மீரி இளைஞர்களும் உண்டு. இவர்களுக்கெல்லாம் அடிப்படைப் போர்ப்பயிற்சிகளை அளித்துவிட்டு கொஞ்சகாலம் ஆப்கனிஸ்தானுக்கே ‘மேல் படிப்புக்கு’ அனுப்பிவைத்தார் மௌலானா.

தாலிபன்களின் ஆப்கன். அன்றைய தேதியில் தாலிபன்களைத் தவிர வேறு யாரும் உலகில் அத்தனை உக்கிரமாக அடிப்படைவாதம் பழகியவர்களாக இல்லை. தாடியிலிருந்து பீடி வரை அனைத்துமே மதத்தின் முத்திரை தாங்கிய அரசின் உத்தரவுகளாகவே வந்துகொண்டிருந்தது. மக்களின் அடிப்படைப் பேச்சுரிமை, எழுத்துரிமை முதல் வாழ்வுரிமை வரை தாலிபன்களால் மட்டுமே தீர்மானிக்கப்பட்டுக்கொண்டிருந்த காலம். அங்கே தனியார் ராணுவம், அரசு ராணுவம் என்று கட்சிப் பாகுபாடுகளெல்லாம் இல்லை. தாலிபன்களை யார் ஆதரித்தாலும் அவர்கள் தாலிபன்களின் சார்பில் போர் புரியலாம், பாதுகாவல் பணியில் ஈடுபடலாம், ஒசாமா பின்லேடனுக்கு அறுசீர் கழிநெடிலடி ஆசிரிய விருத்தத்தில் வாழ்த்துப்பா பாடலாம்.

லஷ்கர் இளைஞர்களை ஆப்கனுக்கு அனுப்பியபோது மௌலானாவின் எண்ணம் அதுதான். தாலிபன்களுடன் சிறிது காலம் லஷ்கர் போராளிகள் தங்கி, பணியாற்றி அனுபவம் பெற்றால், கண்டிப்பாக ஒசாமா பின்லேடனின் பழக்கமும் நெருக்கமும் கிடைக்கும். அது இயக்கத்தை வளர்க்கப் பேருதவி புரியும்.

குறிப்பாக, ஆயுதங்கள் விஷயத்தில் லஷ்கருக்கு எந்தக் காலத்திலும் பிரச்னையே இருக்கக் கூடாது என்று அவர் நினைத்தார். தடையில்லாமல் வேண்டிய ஆயுதங்கள் கிடைத்துக்கொண்டே இருக்கவேண்டும். கள்ள மார்க்கெட்டில் வாங்கலாம், சொந்தமாகத் தயாரிக்கலாம், இன்னும் பல வழிகள் இருந்தாலுமே கூட, ஒரு பெரிய இடத்தின் ஆதரவு இருந்துவிடுகிற பட்சத்தில் கவலையின் பெரும்பகுதி எளிதில் தீர்ந்துவிடுகிறது அல்லவா? அதற்காக.

2002ம் ஆண்டின் மத்தியில் (எந்த மாதம் என்று தெரியவில்லை.) லஷ்கர் ஈ தொய்பாவைச் சேர்ந்த பெரும்பாலான போராளிகள் ஆப்கனிஸ்தானுக்குச் சென்றார்கள். கந்தஹார், ஜலாலாபாத், காபூல் நகரங்களில் அவர்களுக்கான தங்குமிடங்கள் ஏற்பாடு செய்யப்பட்டன. தாலிபன் ஊர்க்காவல் படையிலும், சிறப்பு ராணுவப் படையிலும் உளவுத் துறையிலும் அவர்கள் பயிற்சியாளர்களாகச் சேர்த்துக் கொள்ளப்பட்டார்கள். லஷ்கர் போராளிகளில் தேர்ந்தெடுத்த மிகச் சிலரை மட்டும் தோராபோரா மலைப்பகுதியில் (அப்போது) வசித்துவந்த ஒசாமா பின்லேடனுடன் தொடர்புகொள்ளும் வகையில் பணியமர்த்தினார்கள்.

ஆப்கன் முழுவதும் வியாபித்திருந்த அல் காயிதாவின் கிளைகளுக்கிடையே தகவல் தொடர்புப் பரிமாற்றங் களுக்காகவும், ஆப்கனிலிருந்து பாகிஸ்தானுக்கும், பாகிஸ்தானிலிருந்து ஆப்கனுக்கும் கடிதங்கள், பொருள்கள் கொண்டு போய்ச் சேர்க்கும் கூரியர் பணிகளுக்கும் அந்த இளைஞர்கள் பயன்படுத்தப் பட்டார்கள்.

அமெரிக்காஆப்கனிஸ்தான்மீதுபடையெடுத்தபோது, என்ன காரணத்தாலோ லஷ்கரின் போராளிகளை தாலிபன்கள் முஸஃபராபாத்துக்குத் திருப்பியனுப்பி விட்டதாகச் சொல்லப்படுகிறது. ஆனாலும் யுத்த முடிவில் அமெரிக்கா தன் டேஞ்சர் நோட்ஸ் புத்தகங்களில் லஷ்கரின் பெயரையும் கொட்டை எழுத்தில் எழுதிவைத்து, பாகிஸ்தானை எச்சரித்தது நினைவிருக்கலாம்.

ஆப்கனிஸ்தான் தொடர்பில்லாமல், தீவிரவாதம் கிடையாது என்கிற சரித்திர உண்மையை

நிரூபிப்பதற்காகவாவது கொஞ்சகாலம் லஷ்கர் போராளிகள் ஆப்கனிஸ்தானில் குப்பை அல்லது குண்டு கொட்டிவிட்டு ஊர் திரும்பியபிறகுதான் மௌலானா, இந்தியா குறித்தும் காஷ்மீர் குறித்தும் அவர்களுக்குச் சிறப்புப் பாடங்களை ஆரம்பித்தார்.

இந்தப் பாடங்களைத் தொடங்குகின்ற நேரத்தில் லஷ்கர் போராளிகளின் எண்ணிக்கையும் அவர்களது போர்ப் பயிற்சி பலமும் கணிசமாக உயர்ந்திருந்தது. ஒரு பெரிய காரியத்துக்காகத் தினவுடன் காத்திருந்தார்கள்.

அதற்கு ஏற்றாற்போல அவர்களுக்கு ஒரு கமாண்டர் அமைந்தார். ஜக்கி உல் ரெஹ்மான் லக்வி *(Zaki ul Rehman Lakwi)* என்று பெயர் அவருக்கு. காஷ்மீரை மட்டுமே தன் வாழ்நாள் நோக்கமாகக் கொண்டவர் அவர். சீனியர் முல்லாவுக்குச் சரியான வாரிசு. ஆனால் யுத்த வாரிசு. சித்தாந்தம், தத்துவம், புடலங்காய், புண்ணாக்கையெல்லாம் நினைத்துக்கொண்டிராதவர். அடி அல்லது அழி. அவ்வளவுதான் சித்தாந்தம்.

ஜகி உல் ரெஹ்மான், லஷ்கரின் தொடக்க கால உறுப்பி னர்களுள் ஒருவர். மௌலானாவுக்கும் அவருக்கு இயக்கத்தைத் தத்துக்கொடுத்த ப்ரொபசர் ஹஃபீஸ் முஹம்மது சயீதுக்கும் மிகவும் வேண்டப்பட்டவர். பிறந்தது பாகிஸ்தான் என்றாலும் நீண்ட நெடுங்காலம் ஆப்கனிஸ்தான் காடுகளிலேயே வாழ்ந்து தீர்த்தவர். லொக்கேஷன் போரடித்து முஸஃபராபாத்துக்கு வந்தார் என்றுதான் சொல்லவேண்டும்.

உண்மையில் ஆப்கன் யுத்தம் முடிந்தபிறகு பல போராளிகளுக்கு என்ன செய்வது, எங்கே போவது என்கிற குழப்பம் இருந்திருக்கிறது. ஆயுதம் தாங்கி, ஒரு போராட்டம் நிகழ்த்தி, அதில் வெற்றியும்

பெற்றபிறகு, வீடு திரும்பி டிபன் பாக்ஸில் நாலு இட்லி கட்டி எடுத்துக்கொண்டு ஆபீஸ் போக அவர்கள் விரும்பவில்லை; அல்லது உத்தியோகம் அப்படி வாய்க்கவில்லை.

அது ஒரு பக்கம் இருக்க, கமாண்டர் இன் சீஃபான ஜகி உல் ரெஹ்மான், தன்னிடம் ஒப்படைக்கப்பட்ட லஷ்கர் போராளிகளைச் செதுக்கிச் சீர் செய்யும் பணியை காஷ்மீரின் எல்லையில் வைத்தே தினசரி செய்யத் தொடங்கினார். அதோ பார் காஷ்மீர்! அதுதான் இலக்கு. அங்கேதான் போகவேண்டும், அதைத்தான் அடையவேண்டும் என்று மந்திரவாதி உருவேற்றுவது போல தினசரி காலை, மாலை பிரார்த்தனைக்குப் பிறகு அதையே திரும்பத் திரும்பச் சொல்லி, பிரார்த்தனையையும் காஷ்மீரின் பொருட்டே அமைத்துக்கொண்டதன் பலன், லஷ்கர் போராளிகள், எப்போது காஷ்மீருக்குள் நுழையலாம் என்று ஏங்கத் தொடங்கிவிட்டார்கள்.

ஜகி தவிர இஸ்லாமாபாத்தைச் சேர்ந்த அப்துல்லா, பூஞ்ச் பகுதியைச் சேர்ந்த ஹாஜி முஹம்மது அசம், தோடா பகுதியைச் சார்ந்த முஸம்மில் பட், பாரமுல்லாவைச் சேர்ந்த முஹம்மது உமர், பாக் பகுதிக்காரரான சவுத்ரி அப்துல்லா காலீத், முஸஃபராபாத்தையே பூர்வீகமாகக் கொண்ட ரஃபீக் அக்தர், அஃப்தாப் ஹுசைன், மிர்பூரைச் சேர்ந்த சவுத்ரி யூசூஃப் என்று இன்னும் பலபேரும் இந்த இளம் லஷ்கர் போராளிகளுக்கு போர் மற்றும் மனப் பயிற்சிகளை அளித்த மூத்தவர்களுள் முக்கியமானவர்கள். இவர்கள் அனைவரும் வெவ்வேறு காலகட்டங்களில் லஷ்கரின் பொதுக்குழுவில் உறுப்பினர்களாக இருந்தவர்கள், இருப்பவர்கள்.

இந்தப் பட்டியலில் இடம்பெறாத, ஆனால் லஷ்கரின் ஏதோ ஒரு மிக முக்கியப் பொறுப்பில் உள்ள (அநேகமாக ஆப்பரேஷன்ஸ் சீஃப்) சைஃபுல்லா என்பவரும் லஷ்கரின் பாதையை வகுத்தவர்களுள் முக்கியமான ஒருவராகக் கருதப்படுகிறார்.

என்ன பிரச்னை என்றால் ஒசாமா பின்லேடன் மாதிரியோ, பாலஸ்தீன், லெபனான் போராளிகள், ஜமா இஸ்லாமியாவின் ஹம்பாலி மாதிரியோ இவர்களெல்லாம் போட்டோ எடுத்துக்கொண்டு பத்திரிகைகளுக்கு வசதி பண்ணிக் கொடுத்ததில்லை. துணிந்து முஸஃபராபாத்துக்குள் நுழைந்து லஷ்கர் ஆசாமிகளைப் பார்த்துப் பேசி எழுதிய பத்திரிகையாளர்கள் என்றும் யாரும் கிடையாது. எழுதப்பட்டிருப்பவை அனைத்தும் கேள்விப் பட்டவை, அல்லது சொல்லப்பட்டவை.

ஆதாரபூர்வமான உண்மைகளை இரு தேசங்களின் உளவுத்துறையின் மூலம் பெறமுடியும். ஆனால் போட்டோ கிடைக்காத காரணத்தால் இவர்கள் 'வேண்டிய அளவுக்கு'ப் பிரபலமாகாமல் போய் விட்டார்கள்!

என்ன கெட்டுவிட்டது? லஷ்கர் போராளிகள் பிரபலத்துக்கு ஆசைப்படாதவர்கள் என்று வைத்துக் கொள்வோம்!

ஆனால் அவர்களது திருவிளையாடல்கள் ஒவ்வொன்றும் தேசிய அளவில், சர்வதேச அளவில் பிரபலமடைந்திருக்கிறதே, போதாதா? பின்னால் வரிசையாகப் பார்க்கலாம். இப்போது முக்கியமாகத் தெரிந்துகொள்ள வேண்டிய விஷயம் ஒன்றுண்டு.

ஒரு மாநில அரசு, மாவட்ட வாரியாகக் காரியங்கள் சரியாக நடைபெறுவதற்கு ஒவ்வொரு ஆட்சியாளரை நியமித்து எப்படி அவர்களுக்குக் கீழே பல

அதிகாரிகளை வரிசைப்படுத்தி வைக்கிறதோ, அந்த மாதிரி காஷ்மீரின் ஒவ்வொரு மாவட்டத்துக்கும் லஷ்கர்தனியொரு 'ஆட்சியாளரை' நியமித்திருக்கிறது. அவருக்குக் கீழே பல லெவல்களில் கமாண்டர்கள், சிப்பாய்கள் உண்டு.

இவர்கள் என்ன செய்கிறார்கள்?

அதுதான் விஷயம். அதுதான் விசேஷம். காஷ்மீர் விஷயத்தில் லஷ்கரின் செயல்பாடுகள் எதுவும் முன் யோசனை இல்லாமல் செய்யப்படுவதில்லை. மிகவும் தெளிவாகத் திட்டமிட்டு, துல்லியமாகத் தகவல் சேகரித்து, எதிரியின் பலம் உணர்ந்து காரியம் செய்யவேண்டுமென்பது அவர்கள் குறிக்கோள்.

அதனால் மாநிலத்தின் ஒவ்வொரு மாவட்டத்திலும் பணியில் அமர்த்தப்பட்ட ஒவ்வொரு பிரதிநிதியும் தினசரி நடப்புகள் உள்பட ஒரு தகவலையும் விடாமல் மேலிடத்துக்குத் தெரிவித்துக்கொண்டே இருக்கிறார்கள். தொழில்நுட்பம் வளர்ந்துவிட்டது. இண்டர்நெட், சாட்டிலைட் போன், மொபைல் போன் என்று வசதிகளுக்கா பஞ்சம்? புறாவின் காலில் லிகிதம் கட்டி அனுப்பும் உத்தியில் ஆரம்பித்து அத்தனை சாத்தியங்களையும் லஷ்கர் திறமையாகப் பயன்படுத்திக்கொள்கிறது.

இதுதான் முக்கியம். இதுதான் அதிமுக்கியம். இந்தக் காரியத்துக்கு லஷ்கருக்கு இரண்டு தரப்புகள் உதவி செய்கின்றன. ஒன்று, ப்ராப்பர் காஷ்மீரத்து மக்கள். லஷ்கர் ஆதரவாளர்கள். அல்லது பாகிஸ்தான் ஆதரவாளர்கள். இரண்டாவது தரப்பினர் ஐ.எஸ். ஐயின் காஷ்மீர் பிரிவு அதிகாரிகள்.

காஷ்மீர் மாநில அரசாங்கம், டெல்லி மத்திய அரசாங்கம் என்ன செய்கிறது, என்ன சொல்கிறது

என்பது தொடங்கி, ஏனைய காஷ்மீர் இயக்கங்களின் செயல்பாடுகள் வரை இவர்கள் சேகரிக்கிறார்கள். ஒரு தகவலையும் விடுவதில்லை. யாராவது ஒரு மத்திய அமைச்சர் காஷ்மீருக்குப் போகிறார் என்றால், அந்தச் செய்தி காஷ்மீர் தலைமைச் செயலகத்துக்கு வந்து சேருவதற்கு முன்னால் லஷ்கர் தலைமைச் செயலகத்துக்குத் தெரிந்துவிடும். இந்த வகையில் ஐ.எஸ்.ஐ.யின் உதவி மிக முக்கியமானது.

அதே சமயம் மாநில அரசாங்கத்தின் திட்டங்கள், செயல்பாடுகள், ரகசிய ஏற்பாடுகள், நடவடிக்கைகள் குறித்து அறிவதற்கு அவர்கள் உள்ளூர் மக்களையே பெரிதும் நம்பியிருக்கிறார்கள். இங்கே கவனத்தில் கொள்ள வேண்டிய மிக முக்கியமான விஷயம் ஒன்றுண்டு. இன்றைய தேதியில் காஷ்மீரில் மெஜாரிடிகள் ஹிந்துக்கள் அல்லர் என்பதுதான் அது!

அதனால்தான் லஷ்கர் ஏ தொய்பா மிகத் தெளிவாக அறிவித்தது. 'இந்துக்களும் யூதர்களும் இஸ்லாத்தின் எதிரிகள். இந்தியாவும் இஸ்ரேலும் பாகிஸ்தானின் எதிரிகள்.'

இங்கே யூதர்கள் எங்கே வந்தார்கள் என்று கேட்கக்கூடாது. லஷ்கருக்கு இஸ்ரேல் விஷயத்தில் என்ன சிறப்பு அக்கறை என்றும் கேட்கக்கூடாது. அப்போதைக்கு இப்போதே சொல்லிவைத்தேன், அரங்கமா நகருளானே என்று ஆழ்வார் பாசுரத்துக்கு இலக்கணமாகச் சொல்லியிருக்கிறார்கள் போலிருக் கிறது. ஆனால் லஷ்கரின் கொள்கை விளக்க முழக்கத்தில் இஸ்ரேல் குறித்தோ, யூதர்கள் குறித்தோ, அவர்கள் பாலஸ்தீனத்து அரேபியர்களை ஒடுக்குவது குறித்தோ, சிறப்புக் குறிப்பாக ஏதுமில்லை என்பதையும் இங்கே சொல்லிவிட வேண்டும்.

5

பணம் வரும் பாதை

கொள்கைகள் ரெடி. பாதை ரெடி. போரிட ஆள்கள் ரெடி. பணம்? செலவுகளுக்கு என்ன செய்வது?

ஒரு போராளிக்குப் பயிற்சி கொடுப்பதென்பது சாதாரண விஷயமல்ல. எடுத்த எடுப்பில் ஏகே 47ஐத் தோளில் மாட்டிவிட்டு, போய் வடை சுட்டுவிட்டு வா என்று சொல்லமுடியாது. பனிக்காட்டில் ஒவ்வொரு போராளியும் தங்கிப் பயிற்சி பெறும் காலம் முழுவதும் அவர்கள் காலை எழுந்து பல் தேய்க்க கோல்கேட் அல்லது கோபால் பல்பொடி வாங்கி வைப்பது தொடங்கி, இரவு படுத்ததும் போர்த்திக்கொள்ளப் போர்வை வாங்கி வைப்பது வரை ஒவ்வொரு அங்குலமும் செலவு பிடிக்கிற விஷயம்.

தவிரவும் வேண்டிய ஆயுதங்கள், வெடி பொருள்கள், சீருடைகள் வாங்க ஆகும் செலவு. போக்குவரத்து, தகவல் தொடர்பு என்று எங்கு தொட்டாலும் செலவு.

இருளில் செய்கிற காரியம் என்பதால் எப்போதும் இரட்டைச் செலவு.

அல் காயிதா, லஷ்கர் போன்ற சில இயக்கங்கள் போராளிகளின் குடும்பத்துக்குப் பணம் அனுப்பும் பணியையும் மேற்கொள்கின்றன. அது ஒரு நம்பிக்கை. போராளியாக இருப்பதும் ஒரு உத்தியோகம்தான் என்கிற எண்ணத்தை ஏற்படுத்தும் செயல். குடும்பத்தினரிடமிருந்து கல்யாணம் பண்ணிக்கோ, தங்கச்சிக்கு வளைகாப்பு போன்ற தொந்தரவுகள் ஏதும் வராமலிருக்க ஓரளவு உதவும்.

இதெல்லாம் கூடப் பிரமாதமில்லை. வாங்கிக் குவிக்கிற ஆயுதங்கள் தரமானவையாக இருப்பது அனைத்திலும் பெரிய விஷயம். கள்ள மார்க்கெட்டில் வாங்கினாலும் நல்ல சரக்காக வாங்குவதென்றால் செலவு மிக அதிகம். வாங்குவதற்கு ஆகும் செலவைக் காட்டிலும் அதை எல்லைகள் கடந்து பத்திரமாக எடுத்து வந்து சேர்ப்பது மாபெரும் செலவுத் திருவிழா.

கோடி கோடியாகக் கொட்டினால்தான் கட்டுப் படியாகும்.

யாராவது கொடுத்தால்தான் உண்டு. யார் கொடுப்பார்கள்? பாகிஸ்தான். அல்லது காஷ்மீர். லஷ்கர் ஏ தொய்பா இதில் தெளிவாக இருந்தது. இப்போதைக்கு இவர்களை விட்டால் வேறு நாதியில்லை. இந்த இருவரால் மட்டுமே உதவ முடியும். இந்த இருவர்தான் உதவவும் வேண்டும். அவர்களுக்காகத்தான் இத்தனை கஷ்டங்களும்.

வேலையை ஆரம்பித்தார்கள்.

முதலில், உண்டியல். பூட்டு போட்ட சிறிய, பெரிய பெட்டிகள் தயார் செய்யப்பட்டன. பாகிஸ்தானிலுள்ள அத்தனை முக்கிய மசூதிகளின்

வாசலிலும் தலா ஒரு பெட்டி வைக்கப்பட்டது. அன்புடையீர் லஷ்கர் ஏ தொய்பா இயக்க வளர்ச்சிக்கு தாராளமாக பண உதவி அளித்து உதவிடுவீர் என்றெல்லாம் எழுதி ஒட்ட மாட்டார்கள். வெறுமனே ஒரு பெட்டி. அவ்வளவுதான்.

விஷயம் தெரிந்தவர்களுக்கு அந்தப் பெட்டி எதற்காக வைக்கப்பட்டிருக்கிறது என்று யாரும் சொல்ல வேண்டாம். தொழுகை முடித்துத் திரும்பும்போது ஆத்மசுத்தியுடன் குனிந்து, போட வேண்டியதைப் போட்டு விட்டு, வீடு போய்ச் சேர்வார்கள். விஷயம் தெரியாதவர்கள் என்றால், கூப்பிட்டு ரகசியமாகத் தெரியப்படுத்த ஒரு மார்க்கெடிங் ஆபீசர் தேவை. பெரிய கேன்வாசிங் வேண்டியிருக்காது. பாகிஸ்தானியர்கள் இதற்கெல்லாம் மேலதிகம் பழக்கப்பட்டவர்கள்தான். ஆனாலும் துரும்பைக் கிள்ளிப் போட ஒரு எறும்பாவது அவசியம் தேவைதான் அல்லவா?

மசூதிகளுக்கு அடுத்தபடியாகக் கடைகள். இன்னது என்றில்லை. ஜவுளிக்கடை, பலகாரக்கடை, ஹார்ட்வேர் கடை, இளநீர் கடை என்று ஒன்று பாக்கியில்லாமல் அத்தனைக் கடைகளிலும் பெட்டிகள் வந்து இறங்கும். நேராக வருவார்கள். கடைக்காரரைப் பார்த்து சிரிப்பார்கள். அல்லது கண்ணசைப்பார்கள். அல்லது ஏதாவதொரு சமிக்ஞை. சத்தம் போடாமல் வாசற்படியில் பெட்டியைக் கட்டி வைத்துவிட்டு கிளம்பிவிடுவார்கள். வாரத்துக்கு ஒரு முறை அல்லது மூன்று நாள்களுக்கு ஒரு முறை வந்து பெட்டியைக் கவிழ்த்துப் பணத்தை எடுத்துக்கொண்டு மீண்டும் மாட்டிவிட்டுக் கிளம்பிவிடுவார்கள்.

இது ஒரு வழி. இன்னொன்று பொது மக்களைக் கூட்டி வைத்துப் பேசுவது. குறிப்பிட்ட பகுதியில்

லஷ்கர் ஏ தொய்பா நபர்கள் கூடுவார்கள். ரகசிய பிட் நோட்டீஸ்களை முன்னரே விநியோகித்திருப்பார்கள். அல்லது சிறிய போஸ்டர்கள். வேண்டிய மட்டும் மக்கள் கூடியவுடன், இயக்கத்தின் ஸ்டார் பேச்சாளர்கள் மைக்கைப் பிடிப்பார்கள். இடையில் ஒரு சொட்டு கோலி சோடா கூட குடிக்காமல், கடகடவென்று பேசுவார்கள். உணர்ச்சி பொங்கப் பேசுவார்கள். உருக்கமாகப் பேசுவார்கள். அழுது கொண்டே பேசுவார்கள். பேசிக்கொண்டே அழுவார்கள்.

'நம் இஸ்லாமிய சகோதரர்கள் உலகெங்கும் எப்படியெல்லாம் அவதிப்படுகிறார்கள் தெரியுமா? எங்கெல்லாம் கஷ்டப்படுகிறார்கள் தெரியுமா? கஞ்சி கூடக் குடிக்காமல் எத்தனை பேர் கொலைப் பட்டினியாகக் கிடக்கிறார்கள் தெரியுமா? நம்மை விட்டால் அவர்களுக்கு யார் இருக்கிறார்கள்? நம்மை விட்டால் வேறு ஏது போக்கிடம்? நாம் அனைவரும் சகோதரர்கள் அல்லவா? அவர்களுக்கு உதவுவது நம் கடமையல்லவா?'

ஆமாம் ஆமாம் என்று மக்கள் குரல் கொடுக்கும் போதே, உண்டியலைக் குலுக்கிக்கொண்டு ஆள்கள் புகுந்துவிடுவார்கள். சில சமயம் உண்டியலுக்கு பதில் துண்டு அல்லது சால்வை.

பேச்சாளரின் குரல் உச்சஸ்தாயியில் எகிறும்.

'சகோதர, சகோதரிகளே, காஷ்மீரில் நம் இனத்தவர்கள் படு பயங்கரமான பாதிப்புகளைச் சந்தித்துவருகிறார்கள். முஸ்லிம் விரோத நாடான இந்தியா, நம் மதத்தவரை ஓடஓட விரட்டியடிக் கிறது. வாழவிடாமல் செய்கிறது. உற்றார், உறவினரை இழந்து, வீடு வாசலை இழந்து அநாதைகளாக

நடுத்தெருவில் நம் சகோதரர்கள் நின்று கொண்டிருக்கிறார்கள்.'

உண்டியல் குலுங்கும். மக்கள் குலுங்கி அழ ஆரம்பிப்பார்கள்.

'அகண்ட இஸ்லாமிய சாம்ராஜ்ஜியம் மட்டுமே இதற்கு ஒரே தீர்வு. இஸ்லாமிய சமூகத்தினர் அனைவரும் ஒரே குடையின் கீழ் வாழ வேண்டும். அதற்காகத்தான் நாங்கள் போராடிக்கொண்டிருக் கிறோம். சகோதர்களே, மிகவும் அபாயகரமான போராட்டம் இது. ஆனாலும், தெரிந்தேதான் இறங்கியிருக்கிறோம். எங்கள் உயிர் போனாலும் பரவாயில்லை. எங்களில் எத்தனைபேர் இறந்தாலும் பரவாயில்லை. போராட்டத்தைக் கைவிட மாட்டோம். எத்தனை பெரிய சக்தி திரண்டு வந்தாலும், எங்களை ஒன்றும் செய்து விட முடியாது. எங்களுக்குத் தேவை உங்கள் ஆதரவு. உங்கள் ஆதரவு மட்டுமே.'

மிகவும் சாதுரியமாகச் சொற்காய்கள் நகர்த்தப்படும். பணம் வேண்டும் என்று கூட நேரடியாகக் கேட்கமாட்டார்கள். கோடிட்டுக் காட்டுவார்கள். அவ்வளவுதான். ஆனால், அந்தக் கோடு மிக அழுத்தமாக இருக்கும். அதுவும் நெஞ்சைத் தவிர வேறெங்கும் அந்தக் கோடு விழாது.

ஏழை மக்களை மீட்க வந்த ரட்சகர்களாக, சிறகு முளைத்த தேவ தூதர்களாக லஷ்கர் ஏ தொய்பாவை பாகிஸ்தானியர் பார்க்க ஆரம்பித்தது அந்தக் கணத்தில்தான்.

இந்த வாய்ப்பை மிக நன்றாகப் பயன்படுத்திக் கொண்டது லஷ்கர் ஏ தொய்பா. பிரசாரத்தை

முடுக்கிவிட்டது. ஆயுதம் தூக்க வேண்டிய போராளிகள் அத்தனை பேரும் பகுதி நேர ஊழியமாக உண்டியல் குலுக்க ஆரம்பித்தார்கள். துப்பாக்கிகளுக்கு ஓய்வு கொடுத்துவிட்டு டொனேஷன் புக்கைக் கையில் தூக்கிக்கொண்டார்கள். அதிகம் வசூல் செய்து கொடுப்பவர்களுக்கு ஸ்பெஷல் அங்கீகாரம். ஸ்பெஷல் பாராட்டு.

பாகிஸ்தானில் பகிரங்கமாக நடைபெறும் இந்தப் பண வேட்டை காஷ்மீரில் ரகசியமாக நடத்தப்படும். லஷ்கர் ஆதரவாளர்கள் ஒவ்வொருவர் வீடுகளுக்கும் நேரடியாக லஷ்கரின் முகவர் சென்று நன்கொடை வசூலித்துக்கொண்டு வருவார். மசூதிகளில் ரகசிய கேன்வாஸிங் நடைபெறும். வேலையற்ற காஷ்மீரி இளைஞர்களின் ஒத்துழைப்புடன் இது சாத்தியமாகிறது.

பாகிஸ்தான், காஷ்மீருக்கு அடுத்தபடியாக பிரிட்டனிலுள்ள இஸ்லாமியர்களிடமிருந்தும் ஏராளமான பணம் வருகிறது, லஷ்கருக்கு. ஏசி கார், அபார்ட்மெண்ட்ஸ், பாமரேனியன் நாய்க் குட்டி என்று சொகுசாக வாழ்ந்துவரும் வசதியான பிரிட்டிஷ் முஸ்லிம்கள், லஷ்கர் ஏ தொய்பாவின் தொடர் பிரசாரத்தில் கரைந்து, நன்கொடை அளிக்கத் தொடங்கியது தொண்ணூறுகளின் மிக இறுதி வருடங்களுக்கு அப்புறம்தான்.

அட, நம் இன மக்கள் சோற்றுக்கு வழியில்லாமல் திண்டாடிக்கொண்டிருக்கும்போது, தோலைச் சீவி சீவி ஆப்பிள் பழங்களை முழுங்கிக்கொண்டிருக் கிறோமே. இது பாவமில்லையா? நரகத்தில் கூட சேர்க்க மாட்டர்களே. கடவுளே.

எனவே அவர்கள் ஹவாலா அல்லது வயர் டிரான்ஸ்பர் மூலம் லஷ்கருக்குப் பணம் அனுப்பத் தொடங்கினார்கள். நம்பகமான பிரதிநிதிகள் மூலம் மொத்தமாக வசூலித்துக் கொடுத்தனுப்புவதும் உண்டு. ஒரு மாதச் சம்பளம். அல்லது இரண்டு மாதச் சம்பளம். பண்டிகைக் காலமென்றால் சிறப்பு போனஸ்.

லஷ்கர்ஏதொய்பாசற்றும்எதிர்பார்க்காதரெஸ்பான்ஸ் இது. பணம் கிடைக்கும் என்று அவர்களுக்குத் தெரியும். ஆனால், லட்சக்கணக்கில் கொட்டும் என்று தெரியாது. உற்சாகத்துடன் இயக்கத்தினரை ஒன்று கூட்டினார்கள். 'சகோதரர்களே, நம் இயக்கம் ஆகப் பெரும் சக்தியாக வளர ஆரம்பித்திருக்கிறது. இதுதான் தருணம். இனி ஒரு நிமிடம் கூட யாருக்கும் ஓய்வு கிடையாது. திரைகடல் ஓடுங்கள். திரவியம் கொண்டு வாருங்கள். சீக்கிரம், சீக்கிரம்.'

விவரம் தெரிந்த யாரோ ஒருவரது மூளையில் மின்னல் போல் ஒரு ஐடியா உதித்திருக்க வேண்டும். இந்த நவீன யுகத்தில் எதற்குத் திரைகடல் ஓடவேண்டும்? இருந்த இடத்தில் இருந்து கொண்டே திரவியத்தை வரவழைக்க முடியாதா?

தனது திட்டத்தை ஒரு பேப்பரில் எழுதிக் கொண்டு போய் தலைமை ஆள்களிடம் நீட்டினார். ஆரம்பத்தில் அவர்களுக்கு எதுவும் புரியவில்லை. பின்னர் புரிந்தது.

திட்டம் இதுதான். உலகைச் சுற்றிய முருகனுக்கு அல்வா கிடைத்ததும், அம்மையப்பனைச் சுற்றிய வினாயகனுக்கு ஞானப்பழம் கிடைத்ததும் அவர்களுக்குத் தெரிந்திருக்க நியாயமில்லை. ஆனாலும் அதே உத்தியைத்தான் கையாள முடிவு

செய்தார்கள். அதிநவீன யுகத்தில் அம்மையப்பன் என்பது இண்டர்நெட் அல்லவா?

உடனடியாக லஷ்கருக்கென்று ஒரு தொழில்நுட்பப் பிரிவு தொடங்கப்பட்டது. கம்ப்யூட்டர்கள் வாங்கப் பட்டன. மளமளவென்று வெப்சைட் ஒன்று உருவானது. பெயர் ஜமாஅத்-உத்-தவா *(Jama'at-ud-Da'wah)*. தமிழில் புரிய வேண்டுமென்றால்

லஷ்கர் ஏ தொய்பாவின் ஒண்ணு விட்ட சித்தப்பா பையன். 1985-ல் லாகூரில் பூஜை போட்டு ஆரம்பித்தார்கள்.

'பாவப்பட்ட இஸ்லாமியர்களுக்காக, இஸ்லாமியர் களின் நலனுக்காக, இஸ்லாமியர்களால் நடத்தப்படும் இணையத்தளம்.' இப்படி கொட்டை எழுத்தில் ஒரு தலைப்பு வைத்துவிட்டுத்தான் அந்த வெப்சைட்டைத் திறந்து வைத்தார்கள்.

எதற்காக இந்த வெப்சைட்?

பாயிண்ட் நம்பர் 1. பஞ்சத்தில் அடிபடும் மக்களைக் காப்பாற்ற. புயல், மழை போன்ற இயற்கைச் சீற்றங்களிலிருந்து மக்களைப் பாதுகாக்க.

பாயிண்ட் நம்பர்2. எழுதப்படிக்கத் தெரியாததால்தான் இஸ்லாமியர்களை எல்லாரும் ஏய்த்து வருகிறார்கள். விளைவு? மிகவும் பின்தங்கிய ஒரு சமூகமாக அவர்கள் இன்றளவும் வாழ்ந்து வருகிறார்கள். ஆகவே, ஏழை இஸ்லாமியக் குழந்தைகள் அனைவருக்கும் இலவசக் கல்வி வழங்கப்படும். எல்கேஜி முதல் எம்பிஏ வரை எல்லாமே இலவசம். உணவு, தங்குமிடம் அனைத்தும் இலவசம்.

பாயிண்ட் நம்பர் 3. மருத்துவச் சேவை. ஜலதோஷம், தும்மல் முதல் கான்சர், எய்ட்ஸ் வரை அத்தனை

வியாதிகளுக்கும் இலவச மருத்துவச் சேவை. இஸ்லாமிய சமூகம் சீரோடும் சிறப்போடும் நல்ல ஆரோக்கியத்தோடும் வாழவேண்டும் என்பதே எங்கள் அவா.

ஆச்சா? எல்லாம் முடிந்தபின், அந்த வெப்சைட்டின் இறுதியில், ஓர் ஓரத்தில் கொட்டை எழுத்தில் இப்படி ஒரு வாசகம் இருக்கும்.

எங்களது புனிதமான பணியில் கலந்து கொள்ள உங்களுக்கு ஆர்வமா? எங்களுக்கு உங்களால் உதவ முடியுமா? ஆம் எனில், அருகிலுள்ள கட்டத்துக்குள் உங்கள் கிரெடிட் கார்ட் நம்பரைத் தட்டுங்கள். தட்டிவிட்டீர்களா? நல்லது. நீங்கள் அன்பளிக்க விரும்பும் தொகை என்ன? அதை இதோ இங்கே குறிப்பிடுங்கள். குறிப்பிட்டு விட்டீர்களா? மிகவும் நல்லது. ஒரு நிமிடம். எங்களுக்காக ஒரே ஒரு நிமிடம். உங்கள் பெயர், முகவரி, மொபைல் நம்பர் மூன்றையும் இங்கே கொடுத்துவிடுங்கள். முடிந்ததா? மிக்க நன்றி.

இந்தப் புதிய ஏற்பாட்டுக்குப் பிறகு, லஷ்கர் ஏ தொய்பாவின் பொருளாதார வளர்ச்சியை நீண்ட காலத்துக்கு ஒருவராலும் கட்டுப்படுத்த முடிய வில்லை. ஆனால் சில இருப்பியல் காரணங்களுக்காக அடிக்கடி இந்தத் தளத்தின் முகப்பும் முகவரியும் சிறு சிறு மாறுதல்களுக்கு உட்படும். திடீரென்று லஷ்கர் வாசனையே கூட இல்லாமல் சில காலம் இருக்கும். வேறு பெயரில் புதிய அவதாரம் எடுக்கும்.

என்னவானால் என்ன? நமக்குத்தான் இந்தக் குழப்பமெல்லாம். லஷ்கருக்கு அள்ளிக்கொடுக்க நினைக்கிறவர்களுக்கு சரியான பெயர், முகவரி யெல்லாம் ஞானதிருஷ்டியில் தெரிந்துவிடும்!

௬

காஷ்மீர் மட்டும்

ஏற்கெனவே பார்த்தோம். லஷ்கரின் செயல் திட்டத்தில் காஷ்மீர் மட்டும் இருந்ததில்லை. அகண்ட இஸ்லாமிய சாம்ராஜ்ஜியம், ரஷ்யா, சீனா உள்பட நினைத்துப் பார்க்கமுடியாத சில ஆசியப் பிராந்தியங்களிலும் இஸ்லாமிய ஆட்சியை நிறுவும் கனவுடன் தொடங்கப்பட்ட இயக்கம் அது.

ஆனாலும் லஷ்கர் என்றால் காஷ்மீர் மட்டும் என்று ஏன் ஆனது? எப்போது இது உறுதிப்பட்டது? மிகவும் கவனமாக அணுக வேண்டிய இடம் இது. லஷ்கருக்குச் சற்றேறக்குறைய சம பலம் படைத்த இன்னொரு பாகிஸ்தான் தீவிரவாத இயக்கமான ஜெய்ஷ் ஏ முஹம்மதுவின் செயல்திட்டத்தில் காஷ்மீருக்கு ஐம்பது சதவீதம், அயோத்திக்கு ஐம்பது சதவீதம் இட ஒதுக்கீடு இருக்கிறது. ஏனைய எந்த பாகிஸ்தான் இயக்கத்தை எடுத்துக்கொண்டாலும் குறைந்தது ஒன்றுக்கு மேற்பட்ட லட்சியங்களை வைத்துக்கொண்டுதான் அவர்கள் இந்திய எல்லைக்குள்ளேயே ஊடுருவுகிறார்கள்.

லஷ்கர் மட்டும்தான் காஷ்மீர், காஷ்மீர் என்று ஒரே நாம ஜபத்தைச் செய்துகொண்டிருக்கிறது. முந்தைய அத்தியாயங்களில் நாம் பார்த்த லஷ்கர் போராளிகளின் சுப்ரீம் கமாண்டரான மௌலானா ஒரு காஷ்மீரி என்பதால் மட்டுமா? ம்ஹூம். அதுவல்ல காரணம். இந்தியாவின் மீது அவர்கள் கோபம் கொள்வதற்கு காஷ்மீரும் ஒரு காரணம். ஆனால் அது மட்டுமே அல்ல.

சொன்னால் கொஞ்சம் வியப்பாக இருக்கும். லஷ்கரின் காஷ்மீர் காதலுக்கு இந்தியாவின் மீதுள்ள கோபமல்ல காரணம். மாறாக, பாகிஸ்தான் மீதான கோபம்தான் அடிப்படை. இத்தனைக்கும் காஷ்மீரை இந்தியாவிடமிருந்து மீட்டு பாகிஸ்தானுடன் இணைக்க வேண்டுமென்பதுதான் அவர்களது நோக்கம். ஜேகேஎல்எஃப் மாதிரி தனியாவர்த்தனக் கனவெல்லாம் கிடையாது. அதனால்தான் பாகிஸ்தான் அரசும் உளவுத்துறையும் லஷ்கரை வருஷக் கணக்கில் தாங்கு தாங்கென்று தாங்கிப் பிடித்தன.

ஆனால் என்ன கோபம்?

காரணம் இருக்கிறது. கார்கிலில் தொடங்கும் காரணம் அது.

கார்கில் யுத்தத்தின் தொடக்கத்துக்கு முந்தைய தினம் வரை லஷ்கரின் செயல்திட்டங்களில் காஷ்மீரும் ஒன்று. ஆனால் யுத்தத்தின் இறுதியில் மற்ற எதுவுமே அநாவசியம், காஷ்மீர் ஒன்றுதான் ஆகப்பெரிய லட்சியம் என்று முடிவு செய்தது லஷ்கர் ஈ தொய்பா.

நடந்த சம்பவங்களைக் கொஞ்சம் நினைவுபடுத்திப் பார்க்கலாமா?

காஷ்மீருக்காக இதுவரை நிகழ்ந்துள்ள மூன்று பெரிய, முழுநீள யுத்தங்களுள் நமக்கு நன்றாக நினைவிருக்கக்கூடியதும், நமது தேசிய உணர்வை மிக அதிகம் தட்டிப் பார்த்ததும் கார்கில்தான். இதில் சந்தேகமிருக்க முடியாது.

அது ஓர் இசகுபிசகான சந்தர்ப்பம். ஒரு பக்கம் வாஜ்பாயியுடன் நல்லுறவு வளர்க்கிறேன் பேர்வழி என்று பஸ்ஸெல்லாம் விட்டு, அமைதிப் பேச்சுவார்த்தைக்கு அழைத்து, ஊரெல்லாம் தோரணம் கட்டி, படு பயங்கரமாக ஸ்டண்ட் அடித்துக்கொண்டிருந்தார் அப்போதைய பாக். பிரதமர் நவாஸ் ஷெரீஃப். இந்தப் பக்கம் வாஜ்பாயி பஸ் ஏறி பாகிஸ்தான் போய்ச் சேருவதற்கு முன்னால் அந்தப் பக்கம் கார்கில் எல்லைப்புறச் சிகரங்களின் வழியே ஊடுருவல் உற்சவத்தை ஆரம்பித்துவிட்டார் பாக். ராணுவத் தளபதியாக (மட்டும்) அப்போதிருந்த ஜெனரல் பர்வேஸ் முஷரஃப்.

நவாஸ் ஷெரீஃபின் நோக்கம், சர்வதேச அரங்கில் ஒரு நல்ல பையன் இமேஜைப் பெறுவது. பர்வேஸ் முஷரஃபின் நோக்கம், நவாஸ் ஷெரீஃபை தர்மசங்கடத்துக்கு உள்ளாக்கி, மக்களே அவரைப் பதவி நீக்கம் செய்யும்படிச் செய்துவிட்டுத் தான் ஆட்சியைப் பிடிப்பது. வாஜ்பாயிக்குப் பிரமாதமான நோக்கமெல்லாம் இருந்திருக்க நியாயமில்லை. தற்செயலாக வந்து சேர்ந்த ஒரு பாகிஸ்தான் சுற்றுலா. அவ்வளவுதான்.

ஆனால், அகப்பட்டது கார்கில்.

கூலிப்படையினரை முதலில் ஊடுருவச் செய்து, பின்னால் அவர்களுக்கு உதவியாக ராணுவத்தினரை அனுப்புவதென்பது, ஆதிகாலம் முதல் பாகிஸ்தானின்

ஸ்டைலாக இருந்துவருவது. 1948ம் ஆண்டு நடைபெற்ற முதல் காஷ்மீர் யுத்தத்தின்போதுகூட இப்படித்தான் செய்தார்கள்.

கூலிப்படை என்று நாம் பயன்படுத்தும் சொல்லைப் பொதுவில் பாகிஸ்தான் அதிபர்களும் ராணுவத்தளபதிகளும் பிரதமர்களும் அவ்வளவாக விரும்பமாட்டார்கள். சமீபத்தில் வெளியாகியிருக்கும் பர்வேஸ் முஷரஃபின் சுய சரிதை நூலைப் *(In the Line of Fire)* படித்துப் பாருங்கள். இந்தக் கூலிப் படையினரை அவர் சுதந்தரப் போராட்டத் தியாகிகள் என்றே வருணிக்கிறார். அதாவது காஷ்மீர் சுதந்தரத்துக்காகப் போராடும் தியாகிகள் என்று அர்த்தம். தியாகிகள் என்றால் முழங்கை வரை தொளதொளத்த கதர்ச் சட்டையும் முழங்கால் வரை ஊசலாடும் நாலு முழம் கதர் வேட்டியும், தலைக்கு மேலே ஒரு குல்லாயும் சட்டை பாக்கெட் பக்கத்தில் ஒரு மூவர்ணக் கொடியுமாக மனத்துக்குள் ஒரு பிம்பம் எழுந்தால் டஸ்டர் வைத்து அழிக்கவும். முஷரஃப் வருணிக்கும் தியாகிகளின் தோளில் எப்போதும் ஏகே 47 இருக்கும். கையெறி குண்டுகளுடன் அதிகம் சிநேகம் கொண்டவர்கள். கொலை, தீவைப்பு, கற்பழிப்பு என்கிற மூன்று அம்சத் திட்டங்களில் விடாப்பிடியானவர்கள். காஷ்மீரின் எல்லைப்புற மாவட்டங்களில் வாரத்துக்கு எட்டுநாள் அரங்கேறும் மேற்படிச் சம்பவங்களில் பெரும்பாலானவற்றுக்கு இந்தத் தியாகிகளே பொறுப்பாளர்கள் என்று சரித்திரம் சுட்டிக்காட்டுகிறது.

ஆனால் பாகிஸ்தான் உளவுத்துறை கூப்பிட்டு ஒரு ப்ராஜக்ட் மாதிரி அளித்துவிட்டால் தமது இந்த மூன்று அம்ச நடவடிக்கைகளுக்குத் தாற்காலிக விடுப்பளித்துவிட்டு, காஷ்மீருக்காகப் போராடத் தயாராகிவிடுவார்கள்.

இவர்கள் லஷ்கர் ஆட்கள் அல்லர். பிற எந்த ஒரு போராளி இயக்கத்தைச் சேர்ந்தவர்கள் என்றும் அறுதியிட்டுச் சொல்லமுடியாது. போராளி இயக்கத்தைச் சேர்ந்தவர்கள் இம்மாதிரியான காரியங்களில் பெரும்பாலும் இறங்கமாட்டார்கள். வெறும் கூலிக்காரரர்கள். போய் ஊளையிட்டுவிட்டு வா என்றால் ஊளையிட்டுவிட்டு வருவார்கள். கலவரம் செய் என்று உத்தரவிட்டால், கலவரம் செய்வார்கள். கொளுத்து என்றால் கொளுத்துவார்கள். அடி என்றால் அடிப்பார்கள். ஆனால் கூலியை ஒழுங்காகக் கொடுத்துவிட வேண்டும்.

ஆதிவாசிகள். படிப்பறிவில்லாதவர்கள். முரட்டுத் தனம் என்பது சுபாவமாக ஆகிப்போனவர்கள். அவர்களது அறியாமையைப் பயன்படுத்திக்கொண்டு, இம்மாதிரியான ஊடுருவல்களுக்குக் கேடயமாக்கிக் கொள்வது பாகிஸ்தானின் வழக்கம். முன்பே சொன்னது போல் இது இன்று நேற்று நடக்கிற காரியமல்ல. 1948 முதல்.

அப்படியொரு ஆதிவாசி ஊடுருவலுடன் தொடங்கியதுதான் கார்கில் யுத்தம். தொடங்கிவைத்தவர் பர்வேஸ் முஷரஃப். ஒரு பக்கம் அமைதிப் பேச்சு வார்த்தைக்கு இந்தியப் பிரதமரை வரவழைத்துவிட்டு, இதென்ன கூத்து என்று அமெரிக்கா உள்பட பாகிஸ்தானின் நட்பு நாடுகளே கேட்கத் தொடங்க, ஊடுருவல், யுத்தமாகப் பரிணாம வளர்ச்சி பெற்றதும், இந்திய வீரர்கள் சிகரங்களின் உயரங்களில் இருந்துகொண்டு பாகிஸ்தானியர்களை வீழ்த்தப் பாடுபட்டதும் தினசரி செய்தித்தாள்கள் மூலமும் தொலைக்காட்சி மூலமும் நம் கவனத்துக்கு வந்தது. பல இடங்களில் இந்தியா வென்றது. சில இடங்களில் பாகிஸ்தான் வென்றது. பொதுவாக, காஷ்மீர்

விஷயத்தில் மட்டும் வெற்றி மற்றும் தோல்வியின் சதவீதங்கள் துல்லியமாக வழங்கப்படுவதில்லை. இது மரபு. இங்கு மட்டுமல்ல. பாகிஸ்தானிலும் கூட.

அது பிரச்னையில்லை. நமக்கு இங்கே முக்கியம் என்னவெனில், கார்கில் சம்பவம் ஒரு அப்பட்டமான நம்பிக்கை மோசடி என்று சர்வதேச அளவில் பாகிஸ்தானுக்குக் கடும் கண்டனத்தைப் பெற்றுத் தந்தவுடன், அமெரிக்க அதிபர், நவாஸ் ஷெரீஃபைக் கூப்பிட்டு மிரட்டி உடனடியாக யுத்தத்தை நிறுத்தச் சொல்லி அனுப்பிவைத்தார்.

அமெரிக்கா இப்படியொரு காரியத்தைச் செய்யும் என்று பாகிஸ்தான் எதிர்பார்த்திருக்க முடியாது. பதறிப்போன நவாஸ் ஷெரீஃப், முதலில் தனக்கு கார்கில் விஷயமே தெரியாது என்று சொல்லிவிட்டு, அப்படிச் சொன்னது ஒரு தேசிய அவமானமல்லவா என்று உணர்ந்து, சொன்னதை மாற்றிச் சொல்ல முயற்சி செய்து, பரிதாபகரமாகத் தோற்று, அவசர அவசரமாக முஸஃபராபாத்துக்கு விரைந்து சென்றார்.

எல்லையில் அப்போது முகாமிட்டிருந்த பர்வேஸ் முஷரஃபைச் சந்தித்து, காலைக் கையைப் பிடித்து, அப்பா தாயே என்று கெஞ்சி, யுத்தத்தை நிறுத்திவிடச் சொல்லிக் கேட்டுக்கொண்டார்.

இதைக் கொட்டை எழுத்தில் படியுங்கள். உண்மை யில் முஷரஃபுக்கு கார்கிலின் வெற்றியல்ல நோக்கம். நவாஸ் ஷெரீஃபின் சரிவு ஒன்றுதான் நோக்கம்.

பாகிஸ்தான் மக்கள் என்ன நினைப்பார்கள்? நமது ராணுவத் தளபதி துணிச்சலுடன் காஷ்மீருக்காக ஒரு யுத்தம் செய்துகொண்டிருக்கிறார். வீரமற்ற பிரதமர் அந்த யுத்தத்தைப் பாதியில் நிறுத்தச் சொல்லி வற்புறுத்துகிறார். இதுதானே? இப்படித்தானே?

அப்படித்தான் நினைத்தார்கள். முஷரஃப்புக்கென்ன? பிரதமரைக் கேட்டுக்கொண்டுதான் யுத்தத்தை ஆரம்பித்தேன் என்று சொல்லிவிட்டு, அவர் சொன்னதால் நிறுத்திவிட்டதாக அறிவித்துவிட்டுப் போயேவிட்டார்.

விளைவு, நவாஸ் ஷெரீஃப்புக்கு ஒரே நாளில் தேசம் முழுதும் மக்கள் செல்வாக்கு அதலபாதாளத்துக்குச் சரிந்தது. அதே செல்வாக்கு அப்படியே இடம் பெயர்ந்து தளபதி முஷரஃபின் தொப்பிக்குள் ஏறிக்கொண்டது. இது நவாஸ் ஷெரீஃப்புக்குப் பிடிக்கவில்லை. அவர் முஷரஃபை ஓரம் கட்டி, ஒதுக்கி, பதவி இறக்கிவிடப் பார்த்தார். அதற்குள் ராணுவத்தின் முழு ஒத்துழைப்பையும் நம்பிக்கையையும் பெற்றுவிட்டிருந்த முஷரஃப், நவாஸை எப்படி முறியடித்து, பதவியிலிருந்து விலக்கி, தான் ஆட்சிக்கு வந்தார் என்பதெல்லாம் இங்கே வேண்டாத வேலை.

விஷயம் என்னவென்றால், இந்தச் சம்பவத்தை உற்று நோக்கிக்கொண்டிருந்த லஷ்கர் ஏ தொய்பா மிகுந்த அருவருப்புணர்வை அடைந்தது என்பதுதான்.

காஷ்மீர் என்பதை ஒரு மண்ணாக மட்டும் நினையாமல், தம் உயிரின் ஒரு பாதியாக நினைக்கும் விதத்தில் அவர்கள் முல்லாவினால் பயிற்றுவிக்கப் பட்டிருந்தார்கள். காஷ்மீருக்காக பாகிஸ்தான் ஒரு யுத்தத்தைத் தொடங்குகிறது என்று தெரியவந்தபோது, தன்னால் பாகிஸ்தான் ராணுவத்துக்கு எந்தெந்த வகையிலெல்லாம் உதவி செய்யமுடியும் என்றுதான் லஷ்கர் போராளிகள் பார்த்தார்கள்.

உதவவும் செய்தார்கள். ஊடுருவலின் தொடக்கத்தில் லஷ்கர் ஆள்கள் இல்லையே தவிர, யுத்தம்

சூடுபிடித்தபோது லஷ்கர் மட்டுமல்லாமல் பெரும்பாலான பாகிஸ்தான் தீவிரவாத இயக்கங்களின் பிரதிநிதிகள், கார்கிலின் பனிச் சிகரங்களுக்கு பீரங்கிச் சூடு வழங்கிக்கொண்டுதான் இருந்தார்கள். இது பாகிஸ்தான் அரசுக்கும் தெரியும், இந்திய ராணுவத்துக்கும் தெரியும்.

அன்றைய தேதியில் அவர்கள் முஷரஃபை அப்படி நம்பினார்கள். காஷ்மீரை எப்படியாவது மீட்டு பாகிஸ்தானுடன் இணைப்பதற்குக் கடவுள் அனுப்பிவைத்த தூதர் என்றே கருதினார்கள். முஷரஃபின் பதவிக்குறி அவர்களுக்குத் தெரியாது. விரைவில் ராணுவத்திலிருந்து அவர் அரசியலுக்கு இடம்பெயர வகுத்திருந்த திட்டம் தெரியாது. அதற்கு காஷ்மீர் ஒரு தொடக்கப்புள்ளி என்பது தெரியாது.

தேசப்பற்று மிக்க ராணுவத் தளபதி. விளக்கெண்ணெ யில் ஊறவைத்த வாழைப்பழம் போல் ஒரு பிரதமர். இருவரில் யாரைத் தேர்ந்தெடுக்கலாம் என்ற கேள்வி வந்தபோது அவர்கள் சற்றும் யோசிக்காமல் தளபதியின் பக்கம் நின்றார்கள்.

கார்கில் யுத்த காலத்தில் மட்டுமல்ல. யுத்தம் முடிந்தபின் பாகிஸ்தானில் நடைபெற்ற யுத்த விசாரணைகள், அலசல் கமிட்டிகளின் அறிக்கைக் கணைகளின் காலத்திலும் அவர்கள் முஷரஃபையே நம்பினார்கள். இலங்கைக்குப் போய்விட்டு அவர் பாகிஸ்தான் திரும்பியபோது நடுவானில் அவரது விமானத்தை நிறுத்தி, இறங்கவிடாமல் செய்தார் நவாஸ் ஷெரீஃப் என்கிற தகவல் வந்தபோது, முஷரஃபை ஒரு ஹீரோவாகவும் ஷெரீஃபை ஒரு வில்லனாகவும் இயல்பாக ஏற்றுக்கொண்டு, அப்போதும் முஷரஃபின் பக்கத்தில் நிற்க முடிந்தது.

ஆனால் எப்போது முஷரஃப் சர்வதேச நிர்ப்பந்தங் களால் பாகிஸ்தானில் செயல்பட்டுக்கொண்டிருந்த தீவிரவாத இயக்கங்களுக்கு எதிரான நடவடிக்கை களில் இறங்கத் தொடங்கினாரோ, அப்போது அவரது சாயம் வெளுத்துப் போனது. அவர் ஒரு அரசியல்வாதி. அவரும் ஒரு அரசியல்வாதி.

அவருக்கு ஆட்சியில் நிலைப்பது முக்கியமாக இருந்தது. அமெரிக்காவின் அச்சுறுத்தலைச் சமாளிக்க வேண்டியது மிக அவசியமாக இருந்தது. ஆட்சிக்கு வந்த சூட்டில் ஆப்கனிஸ்தானில் ஒரு யுத்தம் வந்துவிட்டது. அல் காயிதாவுக்கான வேட்டை. பாகிஸ்தான் விமானத் தளங்களைத்தான் அப்போது அமெரிக்க ராணுவம் பயன்படுத்திக்கொள்ள முடிவு செய்தது. 'நீ என் பக்கம் நிற்கிறாயா? அல்லது எதிரியின் பக்கம் நிற்கிறாயா?' என்று பி.எஸ். வீரப்பா குரலில் இரக்கமே இல்லாமல் கேட்டது.

7

கொல்லப் பிறந்தோம்!

தீவிரவாதத்துக்கு எதிரான உலகு தழுவிய யுத்தம் என்று அமெரிக்க அதிபர் ஜார்ஜ் புஷ் அறிவித்தது 'லோகக்ஷேமத்துக்காக' என்று அவரது அமைச்சரவை சகாக்களும் சி.ஐ.ஏ. அதிகாரிகளும் வாய் ஓயாமல் லவுட் ஸ்பீக்கர் வைத்து கத்திக்கொண்டிருந்தாலும், அது முற்றிலும் சுயநலம், பழிவாங்கும் இயல்பு மற்றும் மத்தியக் கிழக்கில் ஓர் அச்சுறுத்தலை நிரந்தரமாக்குவதற்கான மிகப்பெரிய முயற்சி என்பதுதான் உண்மை.

இது புரியாதவர்கள் யாரும் இல்லை. ஆனால் புரியாத மாதிரி காட்டிக்கொள்ள வேண்டியது அன்றைய காலகட்டத்தின் கட்டாயமாக இருந்தது. அல் காயிதாவின் இரட்டை கோபுரத் தகர்ப்பு மற்றும் பாதுகாப்பு அமைச்சகக் கட்டடம் மீதான விமானத் தாக்குதல் சம்பவங்களை அமெரிக்காவின் ஆன்மாவின் மீது நிகழ்த்தப்பட்ட தாக்குதலாக அமெரிக்க மீடியாக்கள் விரித்துக் காட்டின. அந்த

நிலைமையில் உணர்ச்சிப் பிழம்பாக இருந்த அமெரிக்க மக்களை சமாதானப்படுத்துவதற்கும், கிடைத்த சந்தர்ப்பத்தில் ஆப்கனை அமுக்கிப் பிடிப்பதற்கும் பயன்படுத்திக்கொள்ள அமெரிக்கா நினைத்தது.

இந்த அரசியல் சூதாட்டத்தில் பாகிஸ்தான் அதிபர் பர்வேஸ் முஷரஃப் வலுக்கட்டாயமாக பலியாடு போல் இழுத்துவரப்பட்டார். வேறென்ன செய்ய முடியும்? ஒன்று என் பக்கம், அல்லது எதிரியின் பக்கம் என்று பெரியண்ணன் சொல்லிவிட்ட பிறகு நடுநிலைமையெல்லாம் காக்க முடியுமா என்ன?

எனவே, பாகிஸ்தானின் பல விமானத் தளங்கள் அமெரிக்க விமானங்கள் நடைபயிலும் பிராந்தியங் களாயின. சாலையோரத் தண்ணீர்ப் பந்தலில் அநாயாசமாக நுழைந்து ரெண்டு கிளாஸ் எடுத்துக் குடித்துவிட்டுப் போகிற மிஸ்டர் பொதுஜனத்தைப் போல பாகிஸ்தான் விமான நிலையங்களில் அமெரிக்கப் போர் விமானங்கள் பெட்ரோல் போட்டுக்கொண்டு ஆப்கனிஸ்தான் காடுகளுக்குப் போய் குண்டு வீசின.

முஷரஃப் பார்த்துக்கொண்டு சும்மாதான் இருந்தார். கொஞ்ச நாள்தான். எங்கே சும்மா இருந்தாலும் உதைப்பார்களோ என்று பயந்து, தன் பங்குக்குத் தானும் பாகிஸ்தானில் உள்ள சில மதரஸாக்களில் ரெய்டு விட்டார். தீவிரவாதிகளைக் கண்டுபிடித்து அழிக்கும் செயல்திட்டம். கராச்சியிலும் லாகூரிலும் அப்படிப் பல முகாம்கள் காலி செய்யப்பட்டன. காலி செய்துகொண்டு கிளம்பியவர்கள் அத்தனை பேரும் முஸஃபராபாத்துக்குத் தான் போனார்கள். உள்ளுக்குள் கோபத்தை வளர்த்துக்கொண்டு,

அங்கிருந்தபடிக்கே முஷரஃபின் காருக்கு குண்டு வைக்க ப்ளான் போட்டுத் தோற்றார்கள்.

இந்தத் தோல்வி அவர்களை இன்னும் கோபம் கொள்ளச் செய்தது. என்ன மனிதர் இவர்! இவரையா நம்பினோம்? இவரா காஷ்மீரை மீட்கக்கூடியவர்? இவரை நம்பியா நவாஸ் ஷெரீஃபைத் துரத்தியடித்தோம்?

லஷ்கர் என்றில்லை. அன்றைய தேதியில் பாகிஸ்தானின் அத்தனை தீவிரவாத இயக்கங்களுமே அட்சரம் பிசகாமல் இப்படித்தான் நினைத்தன. என்ன ஒரே வித்தியாசம், மற்ற இயக்கங்கள் அனைத்தும் கோபப்பட்டதுடன் நிறுத்திக்கொண்டார்கள். வெறுப்பை வளர்த்துக்கொண்டு, தக்க சமயம் வரும் போது பாயலாம் என்று பதுங்கினார்கள். லஷ்கர் மட்டும்தான் உடனே, உடனே செயல் என்று களத்தில் இறங்க முடிவு செய்தது.

தனது செயல்திட்டத்தில் இருந்த மற்ற அத்தனை பாயிண்டுகளையும் எச்சில் தொட்டு அழித்துவிட்டு பக்கம் முழுக்க காஷ்மீர் என்று கொட்டை எழுத்தில் சிவப்பால் எழுதினார்கள். அதைத்தவிர இனி வேறு எது குறித்தும் சிந்திப்பது கூட இல்லை என்று முடிவு செய்தார்கள். என்னவாவது செய்து காஷ்மீரை மீட்டே தீருவது என்று வீர சபதம் செய்தார்கள். கார்கில் தோல்வி, பாகிஸ்தான் அரசுக்கு ஏற்பட்டதல்ல. தனிப்பட்ட முறையில், உணர்ச்சியுள்ள ஒவ்வொரு பாகிஸ்தானியனுக்கும் ஏற்பட்ட படுதோல்வி என்று நினைத்தார்கள். குறிப்பாக லஷ்கர் என்னும் லட்சியவாத இயக்கத்தின் கனவின் ஒரு பகுதியை அரசியல் குரங்குகள் பிய்த்துப் போட்டுவிட்ட கோபம் அவர்களுக்கு இருந்தது.

அந்தக் கோபத்தின் விளைவாகத்தான் அவர்கள் முடிவு செய்தார்கள். யாரும் தேவையில்லை. எந்த உதவியும் வேண்டாம். தோள் கொடுக்க இனி பாகிஸ்தான் உளவுத் துறை கூட அவசியமில்லை. நானே போரிடுவேன். நானே ஜெயிப்பேன். இலக்கு இனி காஷ்மீர் மட்டும்.

ஆகவே அவர்கள் தன்னந்தனியே ஆயுதம் தூக்கி, எல்லை கடந்தார்கள். அது அப்போது ஐ.எஸ்.ஐக்குக் கூடத் தெரியாது.

கார்கிலுக்கு வெகுகாலம் முன்பே லஷ்கர் காஷ்மீரில் தாக்குதல்களைத்தொடங்கிவிட்டிருந்தஇயக்கம்தான். 1996 ஜனவரி 5ம் தேதிதான் முதல் முதலாக லஷ்கர் ஏ தொய்பா காஷ்மீரில் தாக்குதல் நிகழ்த்தியது. தோடா மாவட்டத்தில் பர்ஷல்லா என்கிற கிராமத்தைச் சேர்ந்த பதினாறு ஹிந்துக்களை அப்போது அவர்கள் கொன்று கணக்கை ஆரம்பித்தார்கள்.

அதன்பிறகு எத்தனையோ சிறியதும் சற்றே பெரியதுமான தாக்குதல்கள், கொலைகள் நிகழ்த்தப் பட்டிருந்தாலும், முழு வேகத்துடன், உக்கிரம் கொப்பளிக்கத் தாக்கத் தொடங்கியது இந்த கார்கில் யுத்தத்திற்குப் பிறகுதான்.

1999 மே மாதத் தொடக்கம் முதல் அதே ஆண்டின் ஜூலை முதல் வாரம் வரை நிகழ்ந்த யுத்தம் அது. அதே ஜூலை மாதம் 18ம் தேதி லஷ்கரின் தேர்ந்தெடுக்கப்பட்ட அதிரடிப்படை ஒன்று இந்திய எல்லைக்குள் ஊடுருவியது. இது கார்கில் யுத்தத்தில் பங்கெடுக்காத படைப்பிரிவு. அதற்கு முன்னர் பாகிஸ்தானின் பஞ்சாப் மாகாணத்தின் எல்லையில் பயிற்சியில் ஈடுபட்டிருந்தவர்கள்.

அவர்களுக்கு இடப்பட்டிருந்த உத்தரவு மிகத் தெளிவானது. பாகிஸ்தான் எல்லையை ஒட்டிக்கொண்டிருக்கும் இந்தியப் பகுதி காஷ்மீரின் தோடா மாவட்டத்துக்குள் நுழைந்து ஏதாவது ஒரு கிராமத்தைத் தேர்ந்தெடுங்கள். அநேகமாக அது முதலில் கண்ணில் படும் கிராமமாக இருக்கலாம். நாம் செயல்படத் தொடங்கிவிட்டோம் என்பதை ஒரு கொத்துக் கொலையின் மூலம் அறிவித்துவிட்டுத் திரும்பிவிடுங்கள். அவ்வளவுதான்.

எனவே அவர்கள் லயாட்டாவுக்குள் நுழைந்தார்கள். விடிந்தும் விடியாத காலைப்பொழுது. உறக்கத்தில் இருந்த மக்கள். தேநீர்க் கடைகள் கூடத் திறந்திருக்க வில்லை. ஆளரவமற்ற கிராமத்தின் சாலையில் அந்த இருபத்தைந்து லஷ்கர் தீவிரவாதிகள் வானை நோக்கிச் சுட்டபடியே ஓடிவந்தார்கள். முகமூடி அணிந்தவர்கள். தோளில் ஒன்றும் கையில் ஒன்றுமாக ஒவ்வொருவரும் இரண்டு மெஷின் கன்கள் வைத்திருந்தார்கள். இடுப்பில் கட்டப்பட்டிருந்த தோலால் ஆன உறையில் தோட்டாக்கள் நிறைந்திருந்தன.

சத்தம் கேட்டுக் கண்விழித்த கிராமத்து மக்கள் வீதிக்கு வர, வானை நோக்கிச் சுட்டுக்கொண்டிருந்த துப்பாக்கிகள் அவர்களது நெஞ்சை நோக்கி வெடிக்கத் தொடங்கின. இருபது நிமிடங்கள் நிகழ்ந்த தாக்குதல் அது. மொத்தம் பதினைந்து பேர் வீதியில் பிணமாக விழுந்தார்கள். அத்தனை பேரும் ஹிந்துக்கள். அவர்களது நோக்கம் அதுதான். மிகத் தெளிவாக இருந்தார்கள். காஷ்மீரில் தாக்குதல். விழுபவர்கள் ஹிந்துக்களாக இருக்கவேண்டும்.

சிதறிய ரத்தத் துளிகள் வீதியை நிறைக்க, நினைத்தது நடந்துவிட்ட மகிழ்ச்சியில் அவர்கள் மீண்டும்

எல்லை தாண்டி ஓடிப்போய் காணாமல் போனார்கள். பாதுகாப்புப் படையினருக்கு விஷயம் தெரிந்து வந்து சேர்வதற்குள் விடிந்துவிட்டிருந்தது.

கார்கில் யுத்தம் நடந்துகொண்டிருந்த மாதங்களில் இம்மாதிரியான அதிரடித் தாக்குதல்கள் ஏதும் கிராமத்து மக்கள் மீது நிகழ்த்தப்படவில்லை. காஷ்மீர் மக்களைப் பொறுத்தவரை மூன்று மாதகால அமைதி என்பது மிகப்பெரிய விஷயம். தவிரவும் யுத்த சமயத்தில் உள்நாட்டுப் பாதுகாப்பு வலுப்படுத்தப்பட்டிருந்ததால், மாநிலத்தின் மூலை முடுக்கெங்கும் மிகத் தீவிரமான கண்காணிப்புகள் இருந்தன. மக்கள் நிம்மதியாகத் தூங்கினார்கள். கண்ணுக்கெட்டும் தொலைவில் யுத்தம் நடந்துகொண்டிருந்தது என்பது உண்மைதான். ஆனாலும் அவர்கள் அப்போது தேசமே தங்களை அரவணைத்துக்கொண்டிருப்பதாக உணர்ந்தார்கள்.

ஆனால் யுத்தம் முடிந்த சில தினங்களுக்குள் நடந்த இந்தத் தாக்குதல், காஷ்மீர் மாநிலம் முழுவதும் மிகப்பெரிய அதிர்ச்சி அலைகளை உண்டாக்கியது. யுத்தத்தின் வெற்றிக்காக சந்தோஷப்படவோ, ஆடிப்பாடிக் களிக்கவோ முடியாமல் மீண்டும் அவர்கள் ஒடுங்கிப் போக ஆரம்பித்தார்கள்.

மூன்று முழு மாதங்கள். நடந்த சம்பவத்தின் அதிர்ச்சி சற்றே தணியத் தொடங்கிய நேரம். சற்றும் எதிர்பாராவிதத்தில் தங்களது அடுத்த தாக்குதலை நிகழ்த்தியது லஷ்கர். இம்முறை இன்னும் பயங்கரம்.

பதாம்பாக் (Badamibagh) என்கிற இடத்தில் இருந்த ராணுவத் தலைமையகத்தை இப்போது அவர்கள் குறிவைத்தார்கள். மிகவும் ஒதுக்குப் புறமாக இருந்த அலுவலகம் அது. சாதாரணமாகவே போக்குவரத்து

அவர்கள் குழம்பிக்கொண்டிருக்கும் நேரத்தில் குட்டையில் இன்னும் சில மீன்களைப் பிடிக்கலாம். தவிரவும் காஷ்மீருக்காகப் போரிடும் இயக்கங் களிடையே ஒரு குறைந்தபட்சப் பொது செயல்திட்டம் இருப்பதும் நல்லது என்று அவர்கள் நினைத்தார்கள்.

காலமும் கூட்டணிக்குச் சாதகமாக இருந்தது. முதல் முதலில் லஷ்கர் ஏ தொய்பா, தன் சக போராளி இயக்கமான ஹிஸ்புல் முஜாஹிதீனுடன் ஒரு டை - அப்புக்கு ஏற்பாடு செய்ய முயற்சி மேற்கொண்டது.

அதிக சிரமம் இல்லை. லஷ்கருடன் ஒப்பிட்டால் ஹிஸ்புல்லின் அந்நாளைய பலம் குண்டு கல்யாணத்துக்கும் ஓமக்குச்சி நரசிம்மனுக்கும் ஒப்பிடத்தக்கது. ஹிஸ்புல் முஜாஹிதீனும் பாகிஸ்தான் ஆக்கிரமிப்பு காஷ்மீரிலிருந்து இயங்கும் அமைப்புதான். பாகிஸ்தான் ரிப்பன் வெட்டி, அட்சதை தூவி, குத்து விளக்கு ஏற்றித் திறந்து வைத்த அமைப்பும் கூட. இந்தியாவுக்கு உட்பட்ட காஷ்மீர் பகுதியில்தான் இவர்களுக்கும் உத்தியோகம்.

ஆனாலும் நினைப்பில் இருந்த வீரமும் வேகமும் செயலில் முடியாமல் இருந்தது. பலமின்மை காரணம். தவிரவும் துல்லியமாகத் திட்டமிட்டுச் செயல்படுத்தக்கூடிய கமாண்டர்கள் (அப்போதைய) ஹிஸ்புல்லில் இல்லை.

எனவே கூட்டு நடவடிக்கைகளுக்காக லஷ்கர் அழைப்பு விடுத்தபோது மனப்பூர்வமாகச் சம்மதித்தார்கள். செயலின் வெற்றி மட்டுமல்ல; லஷ்கர் போன்ற பிரம்மாண்ட இயக்கத்துடன் இணைவதன்மூலம் அவர்களுக்கு வேறு பல லௌகீக லாபங்களும் இருந்தன.

வேறென்ன? அல்வா பொட்டலமா தரப்போகிறார்கள்? ஆயுதங்களும் பணமும்தான்.

பதிலுக்கு லஷ்கர் அவர்களிடம் முதன்மையாக எதிர்பார்த்த உதவி, புள்ளிவிவரங்களைச் சேகரிப்பது.

எங்கே யார் யார் இருக்கிறார்கள்? இந்துக்கள் அதிகம் வாழும் பகுதி எது? ஹிந்து தலைவர்கள் இருக்கும், புழங்கும் இடங்கள் எவை? ராணுவ அதிகாரிகளின் இருப்பிடங்கள். தொலைபேசி எண்கள். அவர்களது வீடு, மனைவி, மக்கள் குறித்த தகவல்கள். ஜம்முவிலுள்ள முக்கிய அரசாங்க அலுவலகங்களின் பாதுகாப்பு ஏற்பாடுகள் பற்றிய விவரங்கள். ஒவ்வொரு கட்டடத்திலும் உத்தியோகம் பார்க்கிற ஹிந்துக்களின் எண்ணிக்கை.

ஹிஸ்புல் செய்ய வேண்டியதெல்லாம் இது போன்ற அடிப்படை கேள்விகளுக்கு விடையளிப்பது. சுருக்கமாகச் சொன்னால், லஷ்கருக்கு 'கூகிளா'க இருப்பது. கேட்ட தகவலைக் கொடுக்கும் காமதேனுவாக இருப்பது.

தவிரவும் காஷ்மீர் மாநிலத்தில் நடைபெறும் அரசியல் கூட்டங்கள், பொதுக்கூட்டங்கள், முக்கிய அரசாங்க மீட்டிங்குகள் குறித்த முன் தகவல் அறிக்கை லஷ்கருக்கு வேண்டியிருந்தது. சுருக்கமாகச் சொல்வதென்றால் ஒரு பகுதி நேர பி.ஆர்.ஓ. வேண்டும். ஹிஸ்புலை அப்படித்தான் அவர்கள் பயன்படுத்த நினைத்தார்கள்.

உதாரணமாக ஒரு சமயம் அவர்கள் ஸ்ரீநகரில் சிறப்புச் செயல் பிரிவு என்னும் பெயரில் அரசாங்க அமைப்பொன்று இயங்கி வருவதைத் தற்செயலாகக் கேள்விப்பட்டார்கள். அதென்ன சிறப்புச் செயல் பிரிவு?

கூப்பிடு கூகிளை. ஓடி வந்தார்கள் ஹிஸ்புல் ஆள்கள். இதுதான் பெயர். சிறப்புச் செயல் பிரிவு. யார் இவர்கள்? என்ன சிறப்பு? உடனே, உடனே அத்தனை விவரங்களும் வேண்டும். ஆஞ்சநேயர் மாதிரி அப்படியே கடலைத் தாண்டிப் பாய்ந்தது ஹிஸ்புல். குறிப்பிட்ட பிரிவைக் குறித்த அத்தனை விவரங்கள், அந்த அமைப்பு செயல்படும் கட்டடத்தின் ப்ளூ ப்ரிண்ட், வாஸ்து வகையறா வரைக்கும் அள்ளிக்கொண்டு வந்துவிட்டார்கள்.

தேர்ந்தெடுக்கப்பட்ட ஸ்ரீநகர் காவல் படையினரைக் கொண்டு அமைக்கப்பட்டது அந்த சிறப்புப் பிரிவு. சுருக்கமாகவும் செல்லமாகவும் எஸ்.ஓ.ஜி. விரிவாக, *Special Operations Group*. இவர்களுடைய வேலை ஸ்ரீநகர் பகுதியில் பனிக்கு அடுத்தபடியாக நீக்கமறப் பரவியிருக்கும் தீவிரவாத அமைப்புகளைக் கண்டுபிடிப்பது. அவர்களது செயல்பாடுகளைக் கண்டறிவது. பிறகு, முடிந்தால் அழித்தொழிப்பது.

'அப்படியா? சரி, முதலில் இவர்களை நாம் அழித்து விடலாம்' என்றார் அந்த லஷ்கர் அதிகாரி.

ஹிஸ்புல் ஆள்கள் அலறிவிட்டனர்.

'ஐய்யய்யோ, அது மிக பலத்த பாதுகாப்புக்கு உள்பட்ட பகுதி. நாம் நுழையவே முடியாது!'

'அப்படியா? மிகவும் நல்லது. ஒரு முயற்சி செய்து பார்ப்பது தவறில்லையே?'

லஷ்கருக்கும் ஹிஸ்புலுக்கும் இருந்த அடிப்படை வேறுபாடு இதுதான். அடி அல்லது அழி. லஷ்கருக்குத் தெரிந்தது இந்த இரண்டுதான். ஹிஸ்புல் இந்த விஷயத்தில் மிகவும் தயங்கியது. இது சாத்தியம்

அல்ல என்று நினைத்தது. தேவையில்லாமல் லஷ்கர் ரிஸ்க் எடுக்கிறது. இளங்கன்று. அதிகமாகவே துள்ளுகிறது. சரி, நமக்கென்ன, இட்ட வேலையைச் செய்தாகிவிட்டது. இனி, எக்கேடு கெடட்டும் என்று எச்சரிக்கை மட்டும் செய்துவிட்டு விடைபெற்றுக்கொண்டார்கள்.

லஷ்கர் தனியாகவே தயார் ஆனது. அவர்களுக்கு மேலும் உற்சாகம் அளிக்கக்கூடிய செய்தி மறுநாள் காலை வெளிவந்தது. 'எஸ்.ஓ.ஜி. அலுவலகத்தைச் சுற்றிப் பார்க்க நாளை ஃபரூக் அப்துல்லா வருகிறார்.'

அட, இதல்லவா ஜாக்பாட்! துள்ளி குதித்தது லஷ்கர்.

இந்த இடத்தில் ஒரு கணம் நின்று யோசிக்க வேண்டும். ஃபரூக் அப்துல்லா யார்? காஷ்மீர் ஆப்பிளுக்கு நிகராகப் புகழ் பெற்ற பிரகஸ்பதி. முதலமைச்சர். தவிரவும் நேரு குடும்பத்துக்கு நெருக்கமானவர். ஏதாவது ஒரு இசகுபிசகு என்றால் இந்தியாவே அலறும். சர்வதேச அளவில் கவனம் பெறும்.

ஆனால் அவர் ஒரு முஸ்லிம் அல்லவா?

'அதனாலென்ன' என்பதுதான் லஷ்கரின் சித்தாந்தம். இது அல் காயிதாவிடமிருந்து கடன் பெற்ற சித்தாந்தம். கிழக்கு ஆப்பிரிக்க நாடுகளில் (கென்யா, தான்ஸானியா) அல் காயிதா மேற்கொண்ட தூதரகத் தாக்குதல் முயற்சிகளின்போது அதிகம் இறந்தவர்கள் அமெரிக்கர்கள் இல்லை. ஆப்பிரிக்க முஸ்லிம்கள்தான். ஆனால் ஒசாமா பின்லேடன் என்ன சொன்னார்?

'இது களப்பலி. நடக்கத்தான் செய்யும். எங்கள் யுத்தத்தில் முஸ்லிம் சமூகத்தவரே இடையில் மாட்டிக்கொண்டு இறக்க நேர்ந்தாலும் யுத்தம் நிற்காது.'

ஒசாமாவுக்கு ஏகலைவர்கள் இல்லையா? வேறென்ன நினைத்து விட முடியும்?

மறுநாள். முகமூடி அணிந்த மூன்று லஷ்கர் ஆள்கள் எஸ்.ஓ.ஜி அலுவலகத்தை நெருங்கினார்கள். ஒவ்வொருவரிடமும் தலா ஒரு வெடிகுண்டு. ஃபரூக் எப்போது வருகிறார் என்று பார்த்து, சரியாக அந்தச் சமயத்தில் வெடிகுண்டை வீசவேண்டும். பெரிய மீன் கிடைத்தால் பெரிய மீன். இல்லாவிட்டால் குட்டிக் குட்டி மீன்கள். தெளிவாகத் தீட்டப்பட்ட திட்டம். மிக எளிய திட்டமும் கூட. குண்டை வீசு. ஓடி வந்துவிடு. அவ்வளவுதான்.

ஞான கர்ம சன்னியாச யோகம் பயின்ற அந்த மூவரும் சென்றார்கள். கட்டடத்தை நெருங்கினார்கள். ஃபரூக்கின் வருகைக்காக கவனமான மறைந்து காத்தி ருந்தார்கள். ஆனால், ரோந்து வந்துகொண்டிருந்த ஒரு ராணுவ வீரன் அவர்களைப் பார்த்துவிட்டான்.

யாரங்கே பதுங்கியிருப்பது? அல்லது யாராவது இருக்கத்தான் இருக்கிறார்களா? எட்டிப்பார்ப்பது போல் அல்லவா தெரிகிறது? மனப்பிராந்தியா? எதற்கும் இருக்கட்டும் என்று முதலில் தனது மேலதிகாரியிடம் ஓடினான். ஐயா, வாசற்படிக்கருகே பிரச்னை. வருகிற முதலமைச்சர் சகல சௌபாக்கியங் களுடனும் நீடித்த ஆயுளுடனும் நன்றாக இருக்கவேண்டும்.

கண் மூடித் திறப்பதற்குள் காவல் படை திரண்டு விட்டது.

அதிருஷ்ட அல்லது துரதிருஷ்டவசமாக அந்த ஆப்பரேஷனுக்கு லஷ்கர் அனுப்பியிருந்த மூன்று இளைஞர்களும் சற்று அசமஞ்சமாக

இருந்திருக்கிறார்கள். படை சூழ்வதை அவர்கள் உணர்வதற்குச் சில வினாடிகள் தேவைப்பட்டன.

அபாயம். அதுவும் மிக அருகில். புத்தி வேலை செய்யவில்லை. அவசர அவசரமாகக் கையில் இருந்த வெடிகுண்டை வீசினான் ஒருவன். மற்றொருவனும் அப்படியே செய்தான். பிறகு, இருவரும் திரும்பி ஓட ஆரம்பித்தார்கள்.

அந்தப் பிரதேசமே கிடுகிடுக்கும்படி அந்த குண்டுகள் வெடித்துச் சிதறின. ஆனால், காவல் வீரர்களில் ஒருவருக்குக் கூட காயம் படவில்லை. தப்பித்தது மிகப்பெரிய ஆச்சர்யம். பிரதேசமெங்கும் ஒரே புகை மயம். கலவரம். கூக்குரல்கள். அச்சத்தின் வினோதமான பல்வேறு வெளிப்பாடுகள்.

இந்த அமளியில் மூன்றாவது முகமூடி, கட்டடத்தின் வாசலை நெருங்கிவிட்டது. சகாக்கள் இருவரும் தப்பு செய்துவிட்டார்கள். கொடுத்த வேலையை நானாவது உருப்படியாகச் செய்யவேண்டும். வேகவேகமாக ஓடிய அவன், தன் கையிலிருந்த அந்த கடைசி வெடிகுண்டை ஒரு வேகப்பந்து வீச்சாளர் போல (இந்தியப் பந்துவீச்சாளர்கள் போல் இல்லை.) கட்டடத்துக்குள் வீசினான். பிறகு, இரண்டு காதுகளையும் பொத்திக்கொண்டு ஓட ஆரம்பித்தான்.

ஒன்று. இரண்டு. மூன்று. நான்கு. ஐந்து. ம்ஹூம். அந்த குண்டு சமர்த்து குண்டு. வெடிக்கவில்லை. முகமூடிகள் மூவரும் தப்பிவிட்டார்கள். ஆனால் திட்டம் தோல்வி. சாதாரண தோல்வி அல்ல. படுதோல்வி.

மீண்டும் மீட்டிங். என்ன பிரச்னை? ஏன் கோட்டை விட்டோம்? எங்கே தவறு? ஆயுதப்

பிரிவில் இருந்தவருக்கு சரியான டோஸ். திட்டித் தீர்த்துவிட்டார்கள். சர்வ தேச அளவில் கவனம் கிடைக்கவேண்டும் என்பதற்காக உயிரைக் கொடுத்து வேலை செய்கிறோம். கேவலம், ஒரு வெடிகுண்டை ஒழுங்காக வெடிக்கச் செய்ய முடியாதா உங்களால்?

ஆத்திர அவஸ்தைகள் எல்லாம் தீர்ந்தபின் மீண்டும் ஃப்ரெஷ்ஷாக உட்கார்ந்து யோசித்தார்கள். இந்த முறை, குறி தவறக்கூடாது. பெரிய மீன் வேண்டாம். சிறிய மீன்களுக்கு வலை விரிப்போம். எவ்வளவு சிக்குகிறது என்று பார்ப்போம்.

கஞ்சத்தனமாக இரண்டு மூன்று பேரை அனுப்பாமல் இம்முறை ஒரு சிறிய படையையே தயார் செய்தார்கள். நாங்களும் வருகிறோம் என்று கடைசி நேரத்தில் ஹிஸ்புல் ஆள்கள் சிலரும் இணைந்துகொண்டார்கள். நிறைய ஒத்திகை எல்லாம் பார்த்தார்கள்.

ஆட்டத்துக்கு நாள் குறித்தார்கள். டிசம்பர் 27, 1999.

൭

லவ் பண்ண முடியாது!

அதே ஸ்ரீநகர். அதே சிறப்பு அதிரடிப் படைத் தலைமை அலுவலகம். அதே குளிர். அதே அத்துவானக் காடு.

முந்தைய முறை முயற்சி செய்து தோற்று சரியாக ஐம்பத்தி மூன்று தினங்கள் ஆகியிருந்தன. இடைப் பட்ட காலத்தில் லஷ்கர் போராளிகளுக்குப் பயிற்சிகள் மிகவும் கடுமையாக்கப்பட்டிருந்தன. ஒரு நாளில் அவர்கள் பன்னிரண்டு முதல் பதினைந்து மணிநேரம் பயிற்சி மேற்கொள்ளவேண்டியிருந்தது. ஓட்டப் பயிற்சி. குறி பார்த்துச் சுடும் பயிற்சி. குண்டு வீசும் பயிற்சி. மூடு பனியில் வேலை பார்க்கும் பயிற்சி. தவிரவும் சில மனப்பயிற்சிகளும் அளிக்கப்பட்டன. ஆப்கனிஸ்தானிலிருந்து சில மூத்த போராளிகள் முஸஃபராபாத்துக்கு வரவழைக்கப்பட்டு மனத்தை ஒருமுகப்படுத்துவதிலும், பதற்றமடையாமலிருப் பதிலும் அவர்களைத் தேறச் செய்ய முயற்சி மேற்கொண்டார்கள்.

குளிர் ஒரு சிறந்த மயக்க மருந்து. மிக விரைவில் சோர்வடையச் செய்துவிடும். இருந்து பார்த்தாலொழிய அதை விவரிக்க முடியாது. 2001ம் ஆண்டு கைது செய்யப்பட்ட ஒரு ஹிஸ்புல் முஜாஹிதீன் போராளியின் டைரிக்குறிப்பில் இது பற்றிய சிறப்பு விவரங்கள் கொஞ்சம் இருக்கின்றன. எது குறித்தும் கவலைப்படாமல் திட்டத்தைச் செயல்படுத்தஉழைத்துக்கொண்டே இருப்பார்களாம். திடீரென்று குளிர் குறித்த நினைவு வந்துவிட்டால் உடனே உடலும் மனமும் சோர்ந்துவிடும் என்கிறான் அவன். உடலை அல்ல; மனத்தைத்தான் அது முதலில் தாக்குகிறது என்பதுதான் இதற்கு அர்த்தம்.

லஷ்கர், தன்னுடைய வீரர்களுக்கு குளிரைச் சமாளிப்பதற்கான சிறப்பு உடைகளை அப்போது வழங்கியிருந்தது. மிகவும் கனமான உடைகள். ஆட்டு ரோமத்தால் நெய்யப்பட்டு, இரு புறமும் தடிமனான தோலால் தைக்கப்பட்ட உடைகள். தண்ணீர் உள்ளே இறங்கிவிடாமலிருப்பதற்காக மேற்புறம் மழைக்கோட்டு போல ரெக்ஸீன் லேயர் ஒன்று தரப்பட்டிருக்கும். சுமந்துகொண்டு நடப்பதுதான் கஷ்டம். அதற்குப் பழகிவிட்டால் குளிரைச்சமாளித்து விட முடியும்.

2000ம் ஆண்டின் தொடக்கத்தில் லஷ்கர் போராளிகளுக்கான இந்தச் சிறப்பு உடைகள் (கோட் மட்டுமின்றி, கிளவுஸ்கள், தொப்பி, ஷூக்கள், பனிக் கண்ணாடி இன்னபிற.) மொத்தமாக உஸ்பெகிஸ்தானிலிருந்து தருவிக்கப்பட்டிருக் கின்றன. அதுவரை ரோஜாவில் அரவிந்த சாமியைக் கடத்திப்போகும் தீவிரவாதிகளைப் போல் அத்தனை மோசமாக வெறும் ஸ்வெட்டரோடு இல்லை என்றாலும், சிலாகிக்கும்படியான ஏற்பாடுகள்

அவர்களிடம் இல்லை. லஷ்கர் என்றில்லை. எந்த காஷ்மீர் இயக்கமுமே, உடை விஷயத்திலெல்லாம் இத்தனை கவனம் செலுத்தவில்லை.

ஆனால் தன்னுடைய செயல்பாடுகளுக்கு எந்த ஒரு சிறு அம்சமும் பிரச்னை தரக்கூடாது என்று நினைத்து, பார்த்துப் பார்த்து இந்த ஏற்பாட்டைச் செய்திருந்தார்கள்.

உடை, உபகரணங்கள் மட்டுமில்லை. ராணுவ வீரர்களுக்கு வழங்கப்படும் உணவைப் போலவே லஷ்கர் போராளிகளுக்கும் உணவு தயாரிக்கப்பட்டது. ஃபீல்ட் ஒர்க்குக்குப் போகிறவர்களுக்குக் கண்டிப்பாக இலை போட்டுச் சாப்பாடு கிடையாது. அல்லது பிரியாணி கிடையாது. உலர்ந்த பழங்கள், க்ளுக்கோஸ், கொட்டைகள் ஆகியவைதான். அவுன்ஸ் அளந்துதான் தண்ணீர் குடிக்கவேண்டும். கம்ப்ளீட் மெடிக்கல் செக்கப் உண்டு. எடை கூடிவிடாமலிருக்க ஜாகிங் பயிற்சி உண்டு.

உலகில் அல் காயிதா தவிர வேறெந்த ஒரு அமைப்பிலும் இம்மாதிரியான ராணுவ ஒழுங்கு கிடையாது. திருமணம், குழந்தைப் பேற்றுக்கெல்லாம் அங்கே பக்காவாக லீவு லெட்டர் கொடுத்து முன்னனுமதி பெற்றுக்கொண்டுதான் ஊருக்குப் போகவேண்டும். லஷ்கர், தன் வீரர்களின் செய் நேர்த்தி என்பது இந்த ஒழுக்கத்திலிருந்துதான் பிறக்கும் என்று தீவிரமாக நம்பும் ஓர் இயக்கம். எனவே, கூடுமானவரை அல் காயிதா கடைபிடிக்கும் ஒழுக்க விதிகளை அப்படியே தன்னுடைய வீரர்களுக்கும் அமல்படுத்தியிருக்கிறது.

பொழுதுபோகவில்லை என்று பக்கத்து கிராமத்தில் யாராவது ஒரு குட்டியைத் தேடிப்பிடித்துக் காதலித்து,

கடுதாசியெல்லாம் கொடுத்துவிடமுடியாது அவர்களால். இருந்த சுவடு தெரியாமல் அழித்துப் பனிக்குள் புதைத்துவிடுவார்கள். கடுமையான விதிகள் உண்டு. திருமணத்துக்கு அனுமதி கொடுப்பார்கள். முன்னதாகச் சொல்லி, பெண், பெண் வீட்டார் விவரங்களை எழுதிக்கொடுத்து, பிரத்தியேக உளவுத்துறையின் பரிசோதனைகளுக்குச்சம்மதித்தாக வேண்டும். அவர்கள் பார்த்து ஓகே சொன்னபிறகு குறிப்பிட்ட கால இடைவெளிக்கு அப்புறம் ஒருவாரம் லீவில் போய் கல்யாணம் கட்டிக்கொண்டு மாமியார் வீட்டுக்குப் போய்விட்டு வரலாம்.

திருமணமான லஷ்கர் போராளிகள் சந்தோஷமாகத் தம் மனைவி, மக்கள், மாமியார் வீடு, அனுபவங்கள் பற்றியெல்லாம் பிரம்மச்சாரி போராளிகளிடம் பேசக்கூடாது. அது வேலையில் கவனத்தைக் குலைக்கும் என்பது லஷ்கரின் நம்பிக்கை. கூடுமானவரை அவர்கள் அணி பிரிக்கும்போதே பிரம்மச்சாரி அணி, குடும்பஸ்தர்கள் அணி என்றுதான் பிரிக்கிறார்கள். வெளியில் சொல்லுவதில்லை என்றாலும் நடந்த சம்பவங்களில் பங்குபெற்றோர் பின்னணியைக் கொஞ்சம் ஆராய்ச்சி பண்ணிப் பார்த்தால் இது புரியும்.

தனி மனித ஒழுக்கத்துக்கு மிக அதிகம் முக்கியத்துவம் கொடுக்கும் இயக்கம் லஷ்கர். இதில் அவர்கள் சமரசமே செய்துகொள்வதில்லை. கூட்டுக்கொள்ளை, கற்பழிப்பு மாதிரியான சமாசாரங்களுக்கும் லஷ்கருக்கும் ரொம்ப தூரம். எத்தனையோ பல காஷ்மீர் தீவிரவாத இயக்கங்கள், கிராமத்து மக்களிடம் அத்துமீறிய சம்பவங்களை நாம் தினசரிகளில் படித்திருக்கிறோம். இம்மாதிரியான காரியங்கள் லஷ்கர் ஆள்களால் செய்யப்பட்டிருக்காது. கொஞ்சம்

ஒழுக்க மீறல் நடக்கிறது என்று கேள்விப்பட்டால் கூட அங்கே கண்ணை மூடிக்கொண்டு சுட்டுவிடுவார்கள். விசாரணை கூடக் கிடையாது.

இதையெல்லாம் கடைப்பிடித்து, கட்டிக்காத்து எதைச் சாதிக்கப் போகிறார்கள் என்று பார்த்தால், இந்திய இலக்குகள். அதில் மாற்றமில்லை. காஷ்மீரின் விடுதலை. இதில் கிஞ்சித்தும் மாற்றமில்லை. யுத்தத்தில் இறக்கும் உயிர்களைக் குறித்த கவலை இல்லை. ஆண்களா, பெண்களா, குழந்தைகளா என்று பார்ப்பதில்லை. முஸ்லிம்கள் இறந்தால் சொர்க்கத்துக்குப் போகப் பிரார்த்தனை நடத்தப்படும். ஹிந்துக்கள் இறந்தால் நசிகேதன் போன பாதையில்தான் போகவேண்டும். ஆனால் அவனைப்போல் திரும்பிவந்துவிடக் கூடாது.

சே. சிறப்பு அதிரடிப் படை தலைமை அலுவல கத்துக்குப் புறப்பட்டுக்கொண்டு இருந்தோம். என்னென்னவோ பேசி ரூட் மாறிவிட்டோம். பாதகமில்லை. லஷ்கரைக் குறித்துத் தெரிந்து கொள்ளும்போது இதெல்லாமும் முக்கியம்தான்.

அந்த டிசம்பர் இருபத்தியேழாம் தேதி திட்டத்துக்கு லஷ்கர் நியமித்திருந்த அணியில் மொத்தம் பதினேழு பேர் இருந்தார்கள். பதினேழு பேரில் ஆறு பேருக்கு உளவு பார்க்கும் உத்தியோகம் மட்டும். இலக்கைச் சுற்றி இருநூறு மீட்டர் வட்டத்தில் அவர்கள் இரண்டு தினங்கள் பதுங்கி நின்று ஆபத்துகள் குறித்த விவரங்களைச் சேகரித்து அனுப்பிக்கொண்டே இருக்கவேண்டும். வாகனப் போக்குவரத்து, கட்டடத்துக்கு உள்ளிருந்து வெளியேயும், வெளியிலிருந்து உள்ளேயும் வந்து போகிறவர்கள் குறித்த தகவல்கள், உள்ளே இருக்கும் படைவீரர்களின்

எண்ணிக்கை, அவர்கள் சாப்பிடப்போகும், மூச்சா போகப்போகும், சாயா குடிக்கப்போகும் நேர விவரங்கள் இத்தியாதிகளை கவனிப்பது.

இரண்டாவது குழு இன்னும் ஆறு பேரை உள்ளடக்கியது. செயல்வீரர்களாகக் களத்தில் குதிக்கப்போகிறவர்களின் சொந்தத் தேவைகளை கவனித்துக்கொள்வது இவர்களுடைய பணி. கிட்டத்தட்ட கிரிக்கெட்டில் டிரிங்ஸ் இண்டர்வெலில் தண்ணி பாட்டில் கொண்டுவந்து கொடுக்கும் டுவெல்த் மேன் மாதிரியான வேலைகள் போலிருக்கிறது.

இந்த இரண்டு அணிகள் தவிர மூன்றாவதாக ஓரணியும் இருந்தது. அதில் மூன்று பேர் இருந்தார்கள். ஸ்ரீநகரிலிருந்து முஸஃபராபாத்துக்குத் தகவல் தெரிவித்துக்கொண்டே இருக்கும் பணி இவர்களுக்கு. திட்டமிட்டபடி காரியம் முடிந்து, செயல்வீரர்கள் தப்பித்துவிட்டால், அவர்களைப் பாதுகாப்பாக எல்லை தாண்டிக் கொண்டுவந்து விடும் பணியும் இவர்களுடையதே ஆகும்.

பதினேழு பேரில் பதினைந்து கழிந்ததா? மிச்சம் இரண்டு பேர். அவர்கள்தான் காரியத்தைச் செய்வதற்காக நியமிக்கப்பட்டவர்கள். சரித்திரம் குறிப்பெடுத்து வைக்கும் அளவுக்கு முக்கியஸ்தர்கள் இல்லை போலிருக்கிறது. எனவே பெயர்கள் என்னவென்று தெரியவில்லை.

குறிப்பிட்ட தேதியில், குறிப்பிட்ட சிறப்பு அதிரடிப்படை ஆபீசுக்கு அவர்கள் சௌக்கியமாக வந்து சேர்ந்தார்கள். முந்தைய முறை வந்தவர்களைப் போல இவர்களிடம் பதற்றம் ஏதுமில்லை. மிஞ்சிப் போனால் என்ன? உயிர்தானே போகப்போகிறது

என்கிற அசாத்தியத் தெனாவட்டுத் துணியால் தயாரிக்கப்பட்டவர்கள் அவர்கள்.

ஆகவே, உச்சிமீது மலை இடிந்து வீழுகின்ற போதிலும் அச்சமின்றி உத்தியோகம் பார்க்கக் கூடியவர்களாக இருந்தார்கள். முந்தைய முறையைப் போலவே மரத்தின் பின்னால்தான் பதுங்கி நின்றார்கள். அதே மாதிரிதான் உள்ளே சென்ற ஒரு வாகனத்தில் தொற்றி ஏறி சுட்டபடி உள்ளே போனார்கள். கிரானேடுகளும் கையெறி குண்டுகளும் சீறிப் பறந்தன. வெடித்த இடங்களில் எல்லாம் ஆள்கள் சிதறி விழுந்தார்கள். சைரன்களின் ஒலியில் பிராந்தியம் கிடுகிடுத்தது. தபதபவென்று யார் யாரோ ஓடிவருவதற்குள் பன்னிரண்டு அதிரடிப் படையினர் இறந்து விழுந்திருந்தார்கள். குண்டு பாய்ந்த கட்டடங்களெல்லாம் கண்ணாடி உடைந்து காணப்பட்டது.

கண்ணிமைக்கும் நேரம்தான். உடல் முழுதும் ஆயுதங் களைக் கட்டிக்கொண்டு வந்தவர்கள் அவர்கள். ஆகவே கண்மூடித்தனமாகப் பிரயோகம் செய்ததில் இழப்பு கடுமையாக இருந்தது. நெருங்கவே முடியாதபடிக்கு உக்கிரம் காட்டினார்கள். இரு தரப்பிலும் பதுங்கியிருந்து சுட்டுக்கொண்டே இருந்ததில், யார் எங்கே இருக்கிறார்கள் என்பதே பொது நபர்களுக்குத் தெரியமல் போய்விட்டது. கிராஸ் ஃபயரில் இறந்த பாதுகாப்பு வீரர்கள்தான் அதிகம்.

எல்லாம் முடிந்து மீண்டும் அமைதி திரும்புவதற்கு ஒன்றே கால் மணி நேரமாயிற்று. விழுந்து கிடந்தவர் களைப் புரட்டி அடையாளம் பார்த்தார்கள். தொப்பியைக் கழற்றி மரியாதை செலுத்தினார்கள்.

வந்த கிங்கரர்கள் இரண்டு பேரும் கூட இறந்துதான் விழுந்துகிடந்தார்கள். அவர்களுக்கு அஞ்சலியெல்லாம் கிடையாது. போட்டோ எடுத்து வைத்துக்கொண்டார்கள். ஏதாவது கிடைக்கிறதா என்று பாக்கெட்டுகளில் சோதனை போட்டார்கள். நாலைந்து பல்லி மிட்டாய் கிடைத்ததோ என்னமோ. ஆனால் அவர்கள் லஷ்கரின் ஆள்கள் என்பது மட்டும் உடுத்தியிருந்த ஆடையிலிருந்தே தெரிந்துவிட்டது.

காஷ்மீர் தீவிரவாதிகள் விஷயத்தில் விசாரணைகளுக்கெல்லாம் பெரிய மகத்துவம் கிடையாது. இன்னார்தான் செய்தார்கள் என்று கண்டுபிடிப்பது பெரிய விஷயமே இல்லை அங்கே. ஆனால் கண்டுபிடித்து என்ன ஆகப்போகிறது? உடனடியாக முஸஃபராபாத்துக்குப் போய் சம்பந்தப் பட்டவர்களைக் கைது செய்து அழைத்துவந்துவிட முடியுமா என்ன?

இந்தச் சௌகரியம் காஷ்மீர் இயக்கங்களுக்கு மிகப்பெரிய வரம் என்றுதான் சொல்லவேண்டும். கிரவுண்டுக்கு வெளியே உட்கார்ந்துகொண்டு விளையாடுவதில் இருக்கிற சௌகரியம். இந்திய ராணுவமும் சரி, காஷ்மீர் மாநிலக் காவல் துறையும் சரி, எல்லைப் பாதுகாப்புப் பிரிவும் சரி. அதிகபட்சம் செய்யக்கூடியது, உள்ளூர் மக்களிடம் விசாரிப்பது.

வந்தது யார்? உனக்குத் தெரியுமா? நீ அடைக்கலம் கொடுத்தாயா? உனக்குத் தெரிந்த யாராவது அடைக்கலம் கொடுத்தார்களா? உனக்கு விரோதிகள் யாராவது? எங்கே தங்கியிருந்தார்கள்? என்ன செய்தார்கள்? உனக்குத் தெரியுமா? உனக்குத் தெரியுமா? உனக்குத் தெரியுமா?

திரும்பத் திரும்பக் கேட்கப்படும் இத்தகைய கேள்விகளால் காஷ்மீர் மக்கள் வெறுத்துப் போயிருக்கிறார்கள் என்பது உண்மை. குறிப்பாக எல்லையோர கிராமவாசிகள் விசாரணை என்கிற பெயரில் அழைத்துச் செல்லப்பட்டு நாள் கணக்கில், வாரக்கணக்கில் போலீஸ் ஸ்டேஷன்களில் படுகிறபாடு கொஞ்சமில்லை என்கிறார்கள் விவரம் தெரிந்தவர்கள்.

சந்தேகமில்லை. காஷ்மீரத்து மக்களின் உதவி ஒத்தாசை இல்லாமல் அந்நிய சக்திகள் அங்கே நாச வேலைகள் புரிவது சாத்தியமே இல்லை.

ஆனால் குத்துமதிப்பாக மக்களை அள்ளிக்கொண்டு போய் விசாரணை என்று இறங்கும்போது வெறுப்பு அந்தத் தீவிரவாதிகளின் மீது வருவதைக் காட்டிலும் காவல் துறையின்மீது அதிகம் வந்துவிடுகிறது. விளைவு, அரசுக்கும் காவல் துறைக்கும் எதிராகத் தங்கள் ஆட்சேபத்தைத் தெரிவிப்பதற்காகவாவது அவர்களில் சிலர் தீவிரவாதிகளுக்கு உதவுகிறவர் களாகவும் மாறிப்போய்விடுகிறார்கள்.

10

கோட்டைக்குள் இரண்டு பேர்

செப்டெம்பர் 11 சம்பவத்துக்குப் பிறகு லஷ்கர் நிகழ்த்தத் தொடங்கிய தனியாவர்த்தனங்களைப் பார்க்கலாம் என்று ஆரம்பித்தோம். எஸ்டாப்ளிஷ்மெண்ட் ஷாட்டுகள் கொஞ்சம் பெரிதாகப் போய்விட்டன. இன்னும் கொஞ்சம் பொறுத்துக்கொள்ளவும். இந்த செங்கோட்டைத் தாக்குதலையும் சொல்லிவிட்டால் நேரே 2001 அக்டோபருக்கு அந்தப்பக்கம் ஒரு லாங் ஜம்ப் அடித்துவிடலாம்.

2000வது ஆண்டு டிசம்பர் 22ம் தேதி ராத்திரி தில்லி செங்கோட்டையில் லஷ்கர் ஈ தொய்பா நிகழ்த்திய திடீர்த் தாக்குதல் சில பேருக்கு நினைவிருக்கலாம்; பல பேருக்கு மறந்திருக்கலாம். ஆனால் ரொம்ப முக்கியமான சம்பவம் இது. அதுநாள் வரை காஷ்மீர் எல்லைக்குள் கில்லி ஆடிக்கொண்டிருந்தவர்கள், அப்போதுதான் தலைநகரம் வரைக்கும் நகர்ந்து வந்து கிலிக்கொடி ஏற்றிவிட்டுப் போனார்கள்.

செய்தியை இன்னும் மறந்திருக்காதவர்களுக்கு இப்போது நினைவுபடுத்தினாலும் கொஞ்சம் உதறல் எடுக்கும். கட்டாயம்! வெறும் பத்தே நிமிஷம். ரணகளறி பண்ணிவிட்டுப் போய்விட்டார்கள்.

அன்றைக்கு வெள்ளிக்கிழமை. ஷாஜஹான் ஆசையாகக் கட்டிய கோட்டைக்குள் அரசாங்க ஊழியர்களும் அண்டர்வேர் வியாபாரிகளும் திருட்டுப் பொருள் விற்பனையாளர்களும் தத்தம் பணிகளை முடித்துவிட்டுக் கிளம்ப யோசித்துக்கொண்டிருந்த நேரம். இரவு சரியாக ஒன்பது மணி. செங்கோட்டை ம்யூசியம் ரொம்ப ஃபேமஸ். எப்போதும் மக்கள் நடமாட்டம் மிகுந்த பகுதி அது. சுற்றுலாப் பயணிகளால் மட்டுமல்ல. பழைய தில்லியின் நிஜ முகத்தை செங்கோட்டை வளாகத்தில்தான் பிரமாதமாக தரிசிக்க முடியும். பளபளப்பும் வறுமையும் கைகோத்து உலா வரும் பிராந்தியம். பெரும் பணக்காரர்களையும் பிச்சைக்காரர்களையும் அடுத்தடுத்துப் பார்க்கலாம். சுருக்கமாகச் சொல்வதென்றால் இந்தியாவின் மினியேச்சர் வடிவம் அது.

அதனாலேயே அதன் முக்கியத்துவம் கூடிவிடுகிறதல்லவா? வருஷத்துக்கு ஒருமுறை பிரதம மந்திரி கொடியேற்றி வைத்துவிட்டு கண்ணாடிப் பாதுகாப்பு வளையத்துக்குள் இருந்தபடிக்கு வீர உரை ஆற்றுவது கிடக்கட்டும். நானூறு வருஷத்துக்கு முற்பட்ட சரித்திரமும் சமகாலப் புழுதியும் கைகோக்கிற பிராந்தியம் என்பதுதான் முக்கியம்.

அதனாலேயே அந்த இடத்தைத் தேர்ந்தெடுத்திருந்தது லஷ்கர். அதுவும் வெள்ளிக்கிழமை. கோட்டை வளாகத்து முஸ்லிம்கள் தொழுகையெல்லாம்

முடித்துவிட்டு, ராச்சாப்பாட்டுக்கோ உறக்கத்துக்கோ தயாராகிக்கொண்டிருந்த சமயம்.

எந்தத் திசையிலிருந்து வந்தார்கள் என்று தெரியவில்லை. ஆனால் வந்தார்கள். இரண்டு பேர். உள்ளே நுழையும் வரை ஒரு வித்தியாசமும் யார் கண்ணிலும் படவில்லை. செங்கோட்டைக்கு வருகிற, போகிறவர்கள் அத்தனைபேர் தோளிலும் பைகள் இருக்கும். இது சர்வ சாதாரணம். அப்படித்தான் அவர்கள் தோளில் தொங்கியதையும் அவர்கள் நினைத்திருக்கவேண்டும். ஆனால் அது பையல்ல. இயந்திரத் துப்பாக்கி. குருவி சுட வந்தவர்கள் என்றும்கூட நினைத்திருக்கலாம். கோட்டைக்கு வெளிப்புறம் சோர் பஜார் பகுதியில் அதுவும் அப்போது வழக்கத்தில் உண்டு. ஆனால் ராத்திரி ஒன்பது மணிக்குச் சுடுவதற்கு எந்தக் குருவி காத்திருக்கும் என்று யாருக்கும் தோன்றவில்லை.

உள்ளே நுழைந்தவர்கள் இருவரும் ஒருவரை ஒருவர் பார்த்துக்கொண்டார்கள். சிக்னல் பரிமாறிக்கொள்ளப்பட்டது. நீ அந்தப் பக்கம், நான் இந்தப் பக்கம். அவ்வளவுதான்.

அடுத்த ஐந்து நிமிடத்தில் அந்தப் பிராந்தியத்தில் கண்ணில் தென்பட்ட அத்தனை பேரையும் அவர்கள் இருவரும் சுட்டுக்கொண்டே ஓடினார்கள். சுடப்பட்டு விழுந்தவர்கள் கண்ணில் மட்டும்தான் அவர்கள் பட்டிருக்கமுடியும். மற்றவர்களுக்கு என்ன நடக்கிறது என்பதே புரியவில்லை. இரவு நேரம். தபதபவென்று யாரோ ஓடுவது தெரியும். முகத்தைப் பார்க்க முடியுமா என்ன? ஆகவே, ஒருத்தருக்கும் அடையாளம் தெரியவில்லை.

செங்கோட்டைக்குள் இருக்கும் ராணுவ சேவை அலுவலகம் ஒன்றின் வாசலில் சுடப்பட்டு விழுந்து கிடந்த அப்துல்லா தாக்குர் என்பவரைத்தான் முதலில் அடையாளம் கண்டார்கள். ஆனால் பிரயோஜனமில்லை. அவரும் இறந்துதான் இருந்தார். ஏதோ விபரீதம் என்பது புரியவே அந்த ஐந்து நிமிடங்கள் தேவைப்பட்டன. அதற்குள் இருவரும் தத்தம் பாதையில் அகப்பட்ட அத்தனை பேரையும் சுட்டுக்கொண்டே ஓடி, கோட்டையின் கிழக்கு வாயில் அருகே வெட்டவெளிக்கு வந்துவிட்டிருந்தார்கள்.

அசம்பாவிதம் புரிந்து, ஏதோ தன்னாலான உபகாரம் என்று நினைத்த நாவிதர் ஒருவர் அங்கே அவர்களை வழிமறித்தார். சிறு கைகலப்பு ஏற்பட்டிருக்கிறது. என்ன செய்தார்களோ என்னமோ. அங்கிருந்து மீண்டும் இருவரும் கோட்டையைச் சுற்றிக்கொண்டு ஓடி, அகழ்வாராய்ச்சித் துறை அலுவலகம் இருந்த வளாகத்தருகே வந்தார்கள்.

குண்டுச் சத்தம் கேட்டு அங்கே அசோக் குமார் நாயக் என்பவர் சாலைக்கு ஓடி வந்து பார்த்தார். அவரது விதி அங்கே எழுதப்பட்டது. குறுக்கே வந்தவரைச் சுட்டுவிட்டுத் தாண்டி ஓடினார்கள் இரண்டு பேரும்.

சைரன் ஒலிக்கத் தொடங்கியிருந்தது இப்போது. ஜீப்புகள் உள்ளே சீறி வந்தன. தாக்க வந்த இரண்டு பேரும் போன பாதையை அனுமானித்து காவலர்கள் ஓட, சாலையில் விழுந்துகிடந்த அசோக் குமார் நாயக்கைத் தூக்கிப் போட்டுக்கொண்டு ஒரு ராணுவ ஜீப், அருகே உள்ள ராணுவ மருத்துவமனைக்கு எடுத்துச் சென்றது.

ஆனால் பிரயோஜனமில்லை. யார் சுட்டார்கள், ஆளைப் பார்த்தாயா என்று பிள்ளையார் சுழிக்

கேள்விகளைக் கூடக் கேட்கமுடியவில்லை. அவரும் இறந்துவிட்டார்.

அங்கே ஓடிக்கொண்டிருந்த தீவிரர்கள் இரண்டு பேரும் ஆட்டம் போதும் என்று முடிவு செய்தவர்களாக, தப்பித்து வெளியேறும் வழி தேடி இப்போது ஓடத் தொடங்கியிருந்தார்கள். ஆனால் சுடுவதை மட்டும் நிறுத்தவில்லை. ம்யூசியம் வளாகத்தின் அருகே இருந்த ஆர்மி கமாண்டரிங் ஆபீசர் வீட்டை நோக்கிச் சுட்டபடியே அவர்கள் ஓடிக்கொண்டிருந்தார்கள். கோட்டையின் வெளிச் சுற்றுச் சுவர் அருகே வந்ததும், கிடைத்ததைப் பிடித்துக்கொண்டு குரங்கு போலத் தாவித்தாவி மேலே ஏறினார்கள்.

எல்லாமே கண்ணிமைக்கும் நேரத்துக்குள். இருபதடி உயர மதில் சுவர். அதனாலென்ன? அங்கிருந்து அலேக்காக அப்படியே வெளியே ரிங் ரோடில் குதித்தார்கள். குதித்த சுவடு தெரியாமல் காற்றில் கரைந்து காணாமல் போய்விட்டார்கள்.

தாக்குதல் ஐந்து நிமிடம். தப்பிக்கும் காண்டம் இன்னொரு ஐந்து நிமிடம். அவ்வளவுதான். களேபரமாகிவிட்டது செங்கோட்டை. இரவின் அமைதி குலைக்கப்பட்டு ஜீப்புகளும் ஆம்புலன்ஸ்களும் மோப்ப நாய்களுமாகப் பிராந்தியம் உறக்கமற்றுப் போனது. அகாலத்தில் பிரதமரை எழுப்பித் தகவல் சொன்னார்கள். உள்துறை அமைச்சருக்குச் செய்தி போய் அவர் அலறிப்புடைத்துக்கொண்டு பாதுகாப்புத் துறை அமைச்சகத்தைத் தொடர்பு கொண்டார். புலனாய்வு ஏஜென்சிகள் குவிக்கப்பட்டன.

தலைநகரின் பாதுகாப்பு எந்த லட்சணத்தில் உள்ளது?

ஆராய்ச்சிகள் ஆரம்பமாயின. கோட்டைக்குள் எப்படி அன்னியர்கள் நுழைந்து இப்படியொரு

படுகொலைச் சம்பவத்தைச் செய்யமுடியும்? காவல் என்ன ஆயிற்று? இதற்கு, சம்பவம் நடந்த நேரத்தில் செங்கோட்டையில் பவர் கட் என்பது காரணமாகச் சொல்லப்பட்டது. அதே பவர் கட்டினால்தான் அவர்கள் தப்பித்து ஓடவும் முடிந்ததாக ஒரு பின்னிணைப்பு தரப்பட்டது.

மிகுந்த நெருக்கடி நேரம் அது. அப்போதுதான் வாஜ்பாயி தலைமையிலான மத்திய அரசு, காஷ்மீர் இயக்கங்களுடன் ஏதாவது அமைதிப் பேச்சுவார்த்தை சாத்தியமா என்று பார்க்க ஆரம்பித்திருந்தது. ஹுரியத் மாநாட்டுக் கட்சியுடனான பேச்சுவார்த்தை விவரங்கள் தினசரிகளில் வரத்தொடங்கியிருந்தன.

பாகிஸ்தானைச் சற்று நகர்த்திவைத்துவிட்டு, காஷ்மீர் இயக்கங்களுடன் இந்திய அரசு பேச்சுவார்த்தைக்கு ஏற்பாடு செய்வது யாருக்கெல்லாம் மண்டையிடி கொடுக்குமோ, அவர்களுக்கெல்லாம் தவறாமல் கொடுத்திருந்தது. அதன் விபரீத விளைவுதான் செங்கோட்டைச் சம்பவம் என்பதைக் கண்டுபிடிக்க பத்து நிமிஷமே போதுமானதாக இருந்தது, அப்போதைய பாதுகாப்புத் துறை அமைச்சர் ஜார்ஜ் ஃபெர்னாண்டஸுக்கு.

செய்தது லஷ்கர் ஏ தொய்பாதான் என்கிற விவரத்தை மறுநாளே தெரிவித்துவிட்டார்கள். விசாரணைகளும் தேடுதல் வேட்டையும் தீவிரமாக முடுக்கிவிடப்பட்டிருப்பதாகவும் சொன்னார் லால்கிஷன் அத்வானி. உள்துறை ஆச்சே? உறங்க முடியுமா நிம்மதியாக?

எதுடா சாக்கு என்று காத்துக்கொண்டிருந்த கம்யூனிஸ்டு கட்சியின் பொலிட் பீரோவுக்கு சர்க்கரைப் பொங்கலாக அமைந்துவிட்டது சம்பவம்.

இறந்தவர்களுள் இரண்டு பேர் ராணுவ ஜவான்கள் என்பதுதான் இதில் விசேஷம். பிடித்து கிழி கிழியென்று கிழித்துவிட்டார்கள் கம்யூனிஸ்டுகள். உச்சபட்ச பாதுகாப்பு ஏற்பாடுகள் செய்யப் பட்டிருக்கும் தலைநகரின் இதயப் பகுதியிலேயே நிகழ்த்தப்பட்ட தாக்குதல் அது. என்றால் தேசப் பாதுகாப்பின் லட்சணம் இதுதானா?

நாடாளுமன்றம் ரகளையானது. யாரைப் பேச விடுவது, யார் பேச்சை கவனிப்பது என்றே யாருக்கும் புரியவில்லை.

அந்தத் தருணத்தில் பதற்றப்படாமல் பேசிய ஒரே நபர் ஜார்ஜ் ஃபெர்னாண்டஸ். பாதுகாப்புக்கு ஒரு குறைவும் இல்லை. இது ஒரு சிறு சம்பவம்தான். ராணுவ உளவுத்துறை முடுக்கிவிடப்பட்டிருக்கிறது. தலைநகரப் பாதுகாப்பு இன்னும் பலப்படுத்தப் பட்டிருக்கிறது. யாரும் கலவரமடைய வேண்டாம். தவிரவும் இந்தச் சம்பவத்தால் அமைதிப் பேச்சுவார்த்தைகள் பாதிக்கப்படாது.

பேச்சுகள், அறிக்கைகள் ஒருபுறம் சூடு பிடித்துக் கொண்டிருக்க, மறுபுறம் ஜார்ஜ் ஃபெர்னாண்டஸ் மேற்படி சம்பவத்துக்கு ஹர்கத் உல் அன்ஸார் என்கிற இயக்கம் காரணமாக இருக்குமோ என்று முதலில் சந்தேகப்பட்டார். அதுவும் ஒரு காஷ்மீர் இயக்கம். பாகிஸ்தான் ஸ்பான்சர்டு இயக்கம். அவருக்கு ஏன் அந்தச் சந்தேகம் வந்தது என்று தெளிவாகத் தெரியவில்லை. ஏனெனில் அத்தனை தெனாவட்டாகத் தலைநகருக்குள் நுழைந்து பட்டாசு வெடிக்குமளவுக்குத் திறமை வாய்ந்த இயக்கம் அல்ல அது.

ஆனால் நல்லவேளையாக லஷ்கர்தான் என்பது தெரிந்துவிட்டது. அவர்களே பிபிசிக்கு ஒரு கடுதாசி போட்டதன் புண்ணியம். ஆனாலும் புரியாத விஷயம் ஒன்றுதான்.

செங்கோட்டை என்பது மிகவும் பாதுகாக்கப்பட்ட ஓரிடம். அத்தனை சுலபத்தில் இம்மாதிரியான அத்துமீறல்கள்ளெல்லாம் சாத்தியமில்லை. இரண்டு வாசல்கள்தான். லாஹூரி கேட். சலீம்கர் கேட். இரண்டு வாசல்களிலும் காவல் துறையல்ல; ராணுவக் காவலே உண்டு. உள்ளே போகிற, வருகிற வாகனங்களை நிறுத்திப் பரிசோதித்துவிட்டு அனுப்புவதுதான் வழக்கம். உள்ளேயே இந்தியப் புலனாய்வுத் துறையின் இரண்டு விசாரணைக் கூடங்கள் இருக்கின்றன, இயங்குகின்றன. தவிரவும் இந்திய ராணுவத்தின் ஒரு பிரிவான ராஜ்புத்னா ரைஃபிபில்ஸின் தலைமையகமும் அங்கேதான் இருக்கிறது.

இதெல்லாம் இருந்தும் ஒன்றும் வேலைக்கு ஆகவில்லை. செங்கோட்டையின் பாதுகாப்பு எப்படிப்பட்டது என்பது, சம்பவம் நடந்தபிறகு உள்ளே தில்லி போலீஸ் நுழைவதற்கு அனுமதி மறுக்கப்பட்ட லட்சணத்தில் புரிந்துவிட்டது.

ஆம். அங்கே ராணுவத்துக்கும் உள்ளூர் போலீசுக்கும் ஆகாது போலிருக்கிறது. இந்த விவரம் தெரிய வருவதற்கு இப்படியொரு சம்பவம் வேண்டியிருந்தது.

சொல்லப்போனால் செங்கோட்டையில் இப்படியொரு சம்பவம் நடந்திருக்கிறது என்கிற செய்தியே தில்லி போலீசுக்கு வரவில்லை. செங்கோட்டையிலிருந்து யாரும் தகவல்

சொல்லவில்லை. எல்லாம் ராணுவ ஏரியா. எல்லாரும் ராணுவ ஆபீசர்கள். இறந்த இரண்டு பேரும் ராணுவ ஜவான்கள். எதற்கு தில்லி போலீஸ் என்று நினைத்து விட்டார்கள் போலிருக்கிறது.

பிபிசியின் தில்லி தலைமையகத்துக்கு வந்த ஒரு ஃபேக்ஸ் செய்திதான் வெளியுலகத்துக்கு விஷயத்தைச் சொன்னது. செய்தது லஷ்கர். தாமே முன்வந்து பொறுப்பை ஏற்றுக்கொண்டிருக்கிறார்கள்.

அப்படியா என்று பிபிசிதான் தன் சந்தேகம் தீர்வதற்காக தில்லி போலீசை அணுகியது. பதிலுக்கு தில்லி கமிஷனரும் அப்படியா என்று கேட்டபோதுதான் ராணுவம் - போலீஸ் க்ளோசப்பின் நேசப்பிணைப்பும் வெளிச்சத்துக்கு வந்தது.

11

வேட்டையாடு விளையாடு!

தில்லி போலீஸ், தேச ராணுவம் இரண்டுக்குமான சொந்த சகோதர சச்சரவுகள் ஒரு பக்கம் ஓடிக் கொண்டிருக்க, மறுபுறம் செங்கோட்டை தாக்குதல் குறித்த விசாரணைகள் ஆரம்பித்தன. நாடு முழுக்க சர்வ கட்சி சகலபாடிகள் கேள்வி கேட்டே கொன்றுவிடுவார்கள் என்கிறபடியால், தாற்காலி கமாகத் தம் லடாய்க்கு முற்றும் அல்லது தொடரும் போட்டுவிட்டு தாக்குதலில் ஈடுபட்டவர்களைத் தேடும் பணியை முடுக்கிவிட்டார்கள்.

லஷ்கர். ஆம். தாங்கள்தான் தாக்குதலுக்குக் காரணம் என்று டெலிபோன் செய்து சொல்லியிருக்கிறார்கள். அதுவும் பிபிசிக்கு. ஆகவே அவர்களிடமிருந்தே தொடங்குவது தவிர வேறு வழியில்லை. தொடங்கினார்கள். அல்டாஃப் ஹுசைன். பிபிசியின் ஸ்ரீநகர் கரெஸ்பாண்டண்ட். இந்த வழக்கில் தொடக்கப் புள்ளி அவர்தான். லஷ்கரின் ஆள்கள் பிபிசிக்கு போன் செய்தபோது அதை அட்டண்ட் செய்தவர்.

'அலுவலகத்தில்தான் இருந்தேன். காப்பி சாப்பிட்டுக் கொண்டே ரிப்போர்ட் எழுதிக்கொண்டிருந்தேன். ஒரு ஃபோன் கால் வந்தது. கரகரப்பான குரல். லஷ்கர் ஈ தொய்பாவிலிருந்து பேசுகிறேன் என்று முறைப்படி அறிமுகப்படுத்திக்கொண்டுதான் பேசவே

ஆரம்பித்தார் அந்த மனிதர். செங்கோட்டை தாக்குதல் பற்றிச் சொன்னார். முதலில் எனக்குப் புரியவில்லை. பேசிய விதம் நிதானமாகவே இருந்தாலும் விஷயம் எனக்கு உள்ளே இறங்கச் சற்று அவகாசம் பிடித்தது. யார், என்ன, ஏது என்று உள்வாங்கிக்கொண்டு நான் பதறுவதற்குள், இணைப்பு துண்டிக்கப்பட்டுவிட்டது.

சிறிது நேரத்தில் மீண்டும் ஃபோன். அதே நபர். தில்லி விவகாரம் பற்றி யாரிடம் பேசவேண்டும் என்று கேட்டார். பிபிசியின் தில்லி அலுவலக நம்பரைக் கொடுத்தேன். எழுதிக்கொண்டார். ஏன், எதனால் செங்கோட்டை தாக்குதல் என்று கேட்டேன். சரியாக பதிலளிக்கவில்லை. தகவல் சொல்ல மட்டும்தான் போன் செய்திருந்தார்களே தவிர, நான் கேட்ட வேறு எந்தக் கேள்விக்கும் பதிலளிக்கவில்லை.'

காஷ்மீரத்து பிபிசி நிருபரிடம் பேசி தில்லை நம்பரை வாங்கிக்கொண்டு, அடுத்தபடியாக அங்கே போன் செய்திருக்கிறார்கள். தில்லியில் போனை எடுத்தவர் அயன்ஜத் சென் என்கிற நிருபர். அவரிடம் விசாரணை தொடர்ந்தது. சம்பந்தப்பட்ட நபரிடமிருந்து ஃபோன் வந்ததா? என்ன சொன்னார்கள்? 'ஆமாம், வந்தது. லஷ்கர் ஈ தொய்பாவிலிருந்து பேசுகிறேன் என்று சொன்னார். செங்கோட்டையில் குண்டு. அவ்வளவுதான் விஷயம். மற்ற செய்திகளை மறுநாள் காலை தெரிந்துகொள்ளலாம் என்று சொல்லி விட்டு கட் செய்து விட்டார்.'

பிபிசிக்கு வரும் அத்தனை டெலிபோன் கால்களும் ரெக்கார்டரில் பதிவு செய்யப்படுவது வழக்கம். குறிப்பிட்ட தேதியில், குறிப்பிட்ட நேரத்தில் யாரிடமிருந்து ஃபோன் வந்தது என்பதைக் கண்டுபிடிக்க அதிக நேரம் பிடிக்கவில்லை. அது

ஒரு செல்ஃபோன் நம்பர். உரிமையாளரின் பெயர் முகம்மது ஆரிஃப் என்கிற அஷ்ஃபக் அலி.

வெறும் பெயரை வைத்துக்கொண்டு என்ன செய்வது? வேண்டுமானால் நாம ஜபம் செய்யலாம். ரூல்டு நோட்டு வாங்கி 1008 முறை எழுதலாம். இம்மாதிரி யான உத்தமோத்தமர்களெல்லாம் ப்ராப்பர் வீட்டு விலாசம், எத்தனையாவது குறுக்குச் சந்து, எப்படி வரவேண்டும், லேண்ட் மார்க் என்ன என்றெல்லாம் கொடுத்தா மொபைல் வாங்குவார்கள்? நிரோத்தும் ப்ரீ பெய்டு சிம் கார்டும் பரம்பொருள் மாதிரி பெட்டிக்கடை தோறும் நிறைந்துவிட்ட காலத்தில் அதற்கான விலையை அவசியம் கொடுத்தேதான் தீரவேண்டும்.

எனவே காவல் படையினர் தில்லியின் வரை படத்தைப் பிரித்துவைத்துக்கொண்டு ஆராய்ச்சி பண்ண ஆரம்பித்தார்கள். ஏழைகள் அதிகம் வசிக்கும் பகுதி. முஸ்லிம்கள் அதிகம் வசிக்கும் பகுதி. ஏழை முஸ்லிம்கள் தங்கும் பகுதி. கள்ள காரியஸ்தர்களுக்கென்றே பிரத்தியேகமாக வடிவமைக்கப்பட்ட குடியிருப்புப் பிராந்தியங்கள். மசூதி வளாகங்கள். ரயில்வே அவுட்டர் ஏரியாக்கள். பழைய கிரிமினல்களின் பதுங்கு தளங்கள். சித்தாந்த ரீதியில் இந்திய அரசின் போக்கை எதிர்க்கும் கொள்கைப் பிடிப்பு மிக்க பெரிய மனிதர்கள் யார், எங்கே இருக்கிறார்கள் என்கிற தகவல்கள். லஷ்கர் என்றில்லாமல், பொதுவாக தீவிரவாத இயக்கங்களுடன் தொடர்பு இருக்கக்கூடும் என்று உளவுத்துறை தயாரித்து அளித்திருந்த பிரகஸ்பதிகளின் முகவரிகள்.

தனியொரு வேட்டைப் படை உருவாக்கப்பட்டது. சந்தேகத்தின் அடிப்படையில் யாரை

வேண்டுமானாலும் கைது செய்து அள்ளிக்கொண்டு வருவதற்கு அனுமதி அளிக்கப்பட்டது. அரெஸ்ட் வாரண்டெல்லாம் வேண்டாம். எல்லாம் அப்புறம் பார்த்துக்கொள்ளலாம். நூறு கோழிகளை அமுக்கி வாருங்கள். ஒரு கோட்டான் அகப்பட்டுவிடக் கூடும்.

அள்ளினார்கள். விழியில் விழுந்து, இதயம் நுழைந்து, சந்தேகாஸ்பதமாகத் தோன்றிய அத்தனை பேரையும் வளைத்துப் பிடித்து விசாரணைக்குக் கொண்டு போனார்கள். எத்தனைபேர் இப்படி மாட்டினார்கள் என்ற சரியான கணக்கு தெரியவில்லை. எப்படியும் நூறுக்குக் குறையாது. ஆனால் இந்த முயற்சிக்கு இறுதியில் வெற்றி கிடைத்தது. துருவித்துருவி விசாரித்ததில் லட்டு மாதிரி ஒரு பெயர் கிடைத்தது. ஆரிஃப். அடடே, நமது செல்போன் கம்பெனி அளித்த பெயரல்லவா?

எனவே விசாரணை வட்டத்தைக் குறுக்கி, ஆரிஃப் என்கிற பெயரை மட்டும் ஆராய்ச்சி பண்ண ஆரம்பித்தார்கள். தில்லி வாக்காளர் பட்டியல், தொலைபேசி டைரக்டரியில் இடம்பெற்றிருக்கும் ஆரிஃப்கள் எத்தனை பேர்? அதில் சமத்து ஆரிஃப்கள் எத்தனை சதவிகிதம்? கெட்ட காரியஸ்தர்களாக யார் யாரெல்லாம் இருக்கலாம்?

சல்லடை போடத் தொடங்கினார்கள்.

ஒரு வழியாக ஆரிஃபின் இருப்பிடத்தைப் பற்றிய முதல் டிப் கிடைத்த போது, ஒட்டுமொத்தப் புலனாய்வுக் குழுவும் ஒரு ரகசிய அறையில் கூடிவிட்டது. ஆபரேஷனில் ஈடுபடப்போகும் அதிகாரிகளுக்கு சிறப்பு உத்தரவுகள் பிறப்பிக்கப் பட்டன.

இதோ பாருங்கள், லஷ்கரைப் பற்றி நமக்கு அதிகம் தெரியாது. கையில் சிக்கியிருக்கும் ஒரே பட்சி, இந்த ஆரிஃப் என்கிற அஷ்பக்தான். எந்த ஊர்க்காரர், என்ன மாதிரியான ஆசாமி எதுவும் தெரியாது. அவர் டில்லியில் மறைந்திருக்கிறார். இது ஒன்றுதான் தகவல். மிக மிக கவனமாகச் செயல்படவேண்டிய தருணம் இது. முதலில் அவரது இருப்பிடத்தை வட்டமிட்டுக் கண்காணிக்கவேண்டும். அழிப்பதல்ல, அமுக்குவது ஒன்றுதான் லட்சியம். அவர் நமக்கு உயிருடன் வேண்டும். சிறு அசம்பாவிதமும் கூடாது. கவனம்.

கிட்டத்தட்ட ஓர் எலி வளை அது. வெளிச்சம் குறைவு. ஒரே தூசி. மூடியிருந்த ஜன்னல்களுக்கு இடையில் சிறு இடைவெளி இருந்தது. அதன் வழியே எட்டிப்பார்த்தார்கள். உள்ளே லூசான டி ஷர்ட் அணிந்து, கவலையா, சிந்தனையா என்று கண்டுபிடிக்க முடியாதபடிக்கு லோகக்ஷேமத்துக்காக ஏதோ தீவிரமாக யோசித்தபடி உலவிக்கொண்டிருந்த மனிதர் கண்ணில் பட்டார். அஷ்பக் என்கிற ஆரிஃப். ஐயா தாங்கள்தானா?

காவல் படை யோசித்தது. ஆயுதம் வைத்திருப்பாரா? உடன் யாராவது இருப்பார்களா? மறைவாக எங்காவது குண்டு பதுக்கி வைத்திருப்பார்களா? கதவைத் தொட்டால் வெடித்துச் சிதறிவிடுவோமா?

பத்து நிமிடங்கள் அதே இடத்தில் ஆணி அடித்ததைப் போல் நின்றார்கள். யோசித்து யோசித்து மூச்சு விட்டார்கள். சரி நுழையலாம் என்று நினைத்த கணத்தில் உள்ளே சலசலப்பு. பார்வையைக் கூர்மையாக்கி கவனித்தபோது, உள்ளே வேறு ஒரு நபரும் இருப்பது தெரிய வந்தது. யாராக இருக்கும்? கொஞ்சம் முன்னால் நகர்ந்து எட்டிப் பார்த்த அந்த வீரர் அருகில் இருந்த அதிகாரியிடம் கிசுகிசுத்தார்.

'சார், பொம்பள சார்!'

பெண்? லஷ்கர் ஈ தொய்பாவில் பெண்களும் இருக்கிறார்களா? சரி. மங்களம் உண்டாகட்டும். ஒன்று, இரண்டு, மூன்று எண்ணி விட்டு, கதவை உடைத்துக்கொண்டு உள்ளே நுழைந்தார்கள். கோழி அமுக்குவதைப் போல் இருவரையும் அமுக்கினார் கள். ஒரு அதிர்ச்சி? முகத்திலொரு கலவரம்? பயம்? மாட்டிக்கொண்ட பரிதவிப்பு? ம்ஹூம். பாமியான் புத்தர் சிலை மாதிரி புன்னகை தவழ நின்றார்கள். கைது செய்வதற்காகவே காத்திருந்தவர்கள் போல.

விசாரணை ஆரம்பமானது. உன் முழுப் பெயர் என்ன? நீ எந்த இயக்கத்தைச் சேர்ந்தவன்? ஏன் செங்கோட்டையைத் தேர்வு செய்தீர்கள்? நீங்கள் எத்தனை பேர்? உங்கள் சூத்திரதாரி யார்? எதற்காக இந்தியா மீது இப்படி கொலை வெறி?

ஒரு முடிவுடன் தான் இருந்திருக்கிறார்கள். சற்றும் தயங்காமல் பேசத் தொடங்கினார் ஆரிஃப். என் பெயர் ஆரிஃப். பாகிஸ்தானைச் சேர்ந்தவன். சிறுவயதிலிருந்தே இந்தியா என்றால் அலர்ஜி. ஏதோ கொஞ்சம் படித்திருக்கிறேன். இஸ்லாத்தின் மீது ஆழ்ந்த நம்பிக்கை இருக்கிறது. லஷ்கர் மீது தீவிர வெறியிருக்கிறது. உயிரே போனாலும் பரவாயில்லை என்றுதான் அவர்களிடம் சேர்ந்தேன். என்னிடமிருந்து, வேறு என்ன விவரங்கள் தேவை?

புலனாய்வு அதிகாரிகளுக்கு ஆச்சரியம். நிறைய மிரட்ட வேண்டும். நிறைய உருட்ட வேண்டும் என்று அவர்கள் நினைத்திருந்தார்கள். ஆனால் அநாவசியத்துக்கு உதைபட விரும்பாத ஆரிஃப், கேட்டதும்கேட்காததுமாகஏராளமானவிவரங்களைத் தங்குதடையின்றிப் பொழிந்தார். மாகாளி பராசக்தி

திருஞானசம்பந்தருக்கு ஞானப்பால் கொடுத்ததும் அவர் தடையற்றுப் பாட ஆரம்பித்தாரே, அந்த மாதிரி. பேசியதில் மிகவும் உருப்படி, சில பெயர்கள். தாக்குதலுடன் தொடர்புடைய வேறு சில பெயர்கள். மத்லூப் ஆலம், நஸிர் அஹமத் காசித். அவர் மகன் ஃபரூக் அஹமத் காசித். பாபர் மொஹ்சில் பகவாலா மற்றும் சதாகா.

ஆரிஃபை உள்ளே வைத்துப் பூட்டி, சாவியை முடிந்துகொண்டு, மற்றவர்களைத் தேடும் பணியை ஆரம்பித்தார்கள். ஆனால் ஆரிஃபைப் பிடித்ததைப் போல் அத்தனை சுலபத்தில் அவர்களைப் பிடிக்க முடியவில்லை. அவர்கள் இந்தியாவில் இல்லை, பாகிஸ்தானுக்குத் தப்பிவிட்டார்கள் என்றனர் சிலர். இல்லை, அவர்கள் நேபாளத்துக்குத் தப்பிவிட்டார்கள் என்றனர் வேறு சிலர்.

ரொம்பக் கஷ்டப்பட்டு அங்கே இங்கே தேடித் தேடிப் பறந்து அத்தனை பேரையும் உள்ளே கொண்டு வந்து போட்டபின், ஆரிஃபிடம் மீண்டும் விசாரணையைத் தொடர்ந்தது காவல் படை. லஷ்கரைப் பற்றியும் அவர்கள் செயல்பாடுகள் பற்றியும் இந்தியா ஓரளவுக்கு முழுமையாகத் தெரிந்து கொண்டது அப்போதுதான்.

செங்கோட்டை தாக்குதலின் சூத்திரதாரி இந்த ஆரிஃப். பாகிஸ்தானிலேயே பிறந்து வளர்ந்தவர். ஆரம்பத்தில், லஷ்கரில் ஆரிஃப் செய்தது எடுபிடி வேலைகள் மட்டுமே. கொஞ்சம் கொஞ்சமாக ஆயுதப் பரிச்சயம் பெற்று, மேலிடத்தின் நம்பிக்கைக்குப் பாத்திரமாகி, சிறு சிறு தாக்குதல் திட்டங்களில் பங்கெடுக்கத் தொடங்கியிருக்கிறார். நிகரற்ற இந்திய எதிர்ப்புணர்வு என்கிற விஷயம்தான் லஷ்கரில் அவரை ஒரு முக்கியஸ்தர் ஆக்கியிருக்கிறது. அதற்குப்

பரிசாகக் கிடைத்ததுதான் செங்கோட்டைத் தாக்குதல் வாய்ப்பு.

ஆரிஃபைப் பொறுத்தவரை அது அவரது முதல் தனியாவர்த்தனத் தாக்குதல் திட்டம். தானே திட்டமிட்டு, செயல்படுத்த உரிய நபர்களைத் தானே தேர்ந்தெடுத்து, பின்னணியில் இருந்து இயக்கினார். இரண்டு பேர். போதும். அதுவே அதிகம். செங்கோட்டைக்குள் புகுந்து கண்ணில் படும் எல்லோரையும் சுடவேண்டும். அந்த இடத்துக்குரிய முக்கியத்துவம் கண்டிப்பாக, செயலின் விளைவை இன்னும் பல மடங்கு அதிகரித்துவிடும். அதுதான் அவருக்கு வேண்டும்.

திட்டம் தயாரானதும், தன் குழுவிலிருந்து இரண்டு பேரைத் தேர்ந்தெடுத்து அவர்களிடம் இதமாகப் பேசி, வெற்றித் திலகமிட்டு அனுப்பிவிட்டார். கதை முடிந்தது. கத்தரிக்காய் காய்த்தது.

ஆனால் ஒரு விஷயம். செங்கோட்டைத் தாக்குதல் என்பது ஆரிஃப் செய்துகொண்டிருந்த பிற காரியங்களோடு ஒப்பிட்டால் பைசா பேறாது. கடும் வேலைகளுக்கு இடையே எழுந்து போய் ஒரு தம்மடித்துவிட்டு வருகிறமாதிரி ஒரு சிறு ரிலாக்சேஷன். அவ்வளவுதான்.

இந்தியாவுக்குள் பிறந்து, வளர்ந்து, படித்து, உத்தியோகம் பார்த்து, பிள்ளை குட்டி பெற்றுப் போட்டு, இந்தியக் குடிமக்களாக வசிப்பவர்களில், இந்திய விரோத மனோபாவம் கொண்டவர்கள் யார் யார் என்று சல்லடை போட்டுச் சலித்துத் தேடியெடுத்துப் பேசிப் பேசி தன் வழிக்குக் கொண்டு வரப் பார்த்ததுதான் ஆரிஃப் செய்துகொண்டிருந்த மிக முக்கியமான காரியம்.

பட்சி படிந்துவிட்டால் தன் இருப்பிடத்துக்கு அழைத்துவந்து விடுவார். அப்புறம் போதனைகள், உபதேச ரத்தினமாலைகள். லஷ்கர் குறித்த அறிமுகம். வீரப் பிரதாபங்கள். இந்தியாவுக்குள் அவர்களுக்குச் சில இந்திய உளவாளிகள் வேண்டியிருந்தது. அதுதான் ஆரிஃபின் முக்கிய நோக்கம்.

ஆரிஃபிடம் ஒப்படைக்கப்பட்ட மற்றொரு முக்கியப் பணி, ஆயுதங்களையும் வெடி மருந்துகளையும் கடத்துவது. உலகின் எந்தவொரு மூலையில் கிடைக்கும் ஆயுதங்களையும் அநாயாசமாகக் கொண்டு வந்து சேர்க்கும் சாமர்த்தியம் அவரிடம் இருந்தது.

ரெஹ்மானா யூசுஃப் ஃபரூகி. ஆரிஃப் திருமணம் செய்து கொண்ட மாதர்குல மாணிக்கம். கைதான போது உடன் இருந்தாரே, அதே மாணிக்கம். ரெஹ்மானா ஓர் இந்தியர். காதல் திருமணமா, கட்டாயத் திருமணமா என்று தெரியவில்லை. ஆனால் ரெஹ்மானாவும் திருமணத்துக்குப் பிறகு லஷ்கர் ஆதரவாளராகிப் போனார். கைத்தலம் பற்றிய கணவருக்குக் காரியம் யாவிலும் கைகொடுத்துக்கொ ண்டிருந்திருக்கிறார். செங்கோட்டை தாக்குதலுக்குப் போன இரண்டு பையன்களுக்கும் கிளம்புமுன் பிரியாணி சமைத்துப் போட்டதுவரை அப்படியொரு ஒத்தாசை.

ஒரு வழியாக விசாரணை முடிந்து தீர்ப்பு வந்தது. ஆரிஃபுக்கு மரண தண்டனை. மாட்டிய மற்றவர்களுக்கு ஏழு ஆண்டு கடுங்காவல். தாய்க்குலத்துக்கும் சேர்த்துத்தான்.

12

அழிக்க வந்தோம்!

செப்டெம்பர் *11, 2001.* இருபத்தியோராம் நூற்றாண்டு முடிகிற வரைக்கும் இதுவரை- இனிமேல் எந்த ஊரில் எந்தத் தீவிரவாத இயக்கம், என்ன நாசகாரியம் புரிந்தாலும் அதன் ரிஷி மூலத்தில் ஏதோ ஒரு வகையில் இந்தத் தேதி சம்பந்தப்பட்டுத்தான் இருக்கும். அமெரிக்கா எதிர்பாராத வகையில் அல் காயிதா நிகழ்த்திய ஆகாய விமானத் தாக்குதல்கள். பலமுறை பேசி நமக்கே போரடித்துவிட்டது இல்லையா? ரொம்பப் பேசவேண்டாம். இப்போது நாம் பார்க்கப் போகிற லஷ்கர் ஈ தொய்பாவின் ஆகப்பெரிய தாக்குதல் திட்டமான டிசம்பர் *13, 2001* இந்திய நாடாளுமன்ற வளாகத் தாக்குதலுக்கும் பிள்ளையார் சுழி முதல் வரிச் சம்பவம் தான் என்பதை மட்டும் அறிந்துகொண்டு மேலே ஓடிவிடுவோம்.

செப்டெம்பர் *11*க்கும் டிசம்பர் *13*க்கும் அதிக இடைவெளி இல்லை. அதிகுமார் இரண்டரை மாதங்கள். அதற்குள் யோசித்து, ஸ்கிரிப்ட் எழுதி,

ஒத்திகை பார்த்து, அவுட் டோர் யூனிட்டுக்குச் சொல்லி, காஷ்மீரில் சில ப்ரொடக்ஷன் மேனேஜர்களை ஏற்பாடு செய்து, ஷூட்டிங் தேதியை டிசம்பர் 13 என்று நிர்ணயித்துவிட்டது லஷ்கர்.

அத்தனையும் கடவுளுக்கும் தெரியாத ரகசியமாகச் செய்யப்பட்டது என்பதுதான் இதில் மிக முக்கியம். ஏனெனில், அல் காயிதா தாக்குதல் சம்பவம், அதையடுத்த அமெரிக்கப் படையெடுப்பு என்று உலகம் அதிரடிகளால் சூழப்பட்டிருந்த நேரம் அது. எல்லா தேசங்களுமே உள்நாட்டுப் பாதுகாப்பைக் கணிசமாக பலப்படுத்தியிருந்தன. இந்தியாவைப் பற்றிச் சொல்லவே வேண்டாம். பக்கத்து பாகிஸ்தான் அமெரிக்காவுக்கு சப்போர்ட் பண்ணுவதாக அறிவித்துவிட, அம்பயர் மாதிரி நடுநிலை காக்கிறேன் பேர்வழி என்று வாஜ்பாயி சொல்லிவிட்டார்.

ஆனாலும் பாதுகாப்பு பந்தோபஸ்துகள் முக்கியமல்லவா? காவல் துறையும் ராணுவமும் தேசம் முழுவதும் அப்போது தீவிரமான ரோந்துப் பணிகளில்தான் இருந்தன. எல்லா இடங்களிலும் எத்தனையோ பேர் சந்தேக கேஸில் கொண்டுபோகப்பட்டுக் கொண்டிருந்தார்கள். ஒரு பக்கம் உளவுத்துறை தன் கண்களை அகல விரித்துக்கொண்டு ஆகாசம் முதல் அத்திப்பட்டு, ஆகாசம்பட்டு கிராமங்கள் வரை வேவு பார்த்துக்கொண்டிருந்தது. எங்கும் செக்யூரிடி. எதிலும் செக்யூரிடி. டைட் செக்யூரிடி.

லஷ்கருக்கு இது தெரியாதா? ஆனாலும் பரவாயில்லை என்றுதான் அவர்கள் நாடாளுமன்ற வளாகத்திலேயே தாக்குதல் நடத்தத் திட்டமிட்டார்கள். இதற்குப் பல காரணங்கள். முதலாவது, இந்தியாவின் ரத்தத்தை

உறைய வைக்கும். இரண்டாவது, உலகையே வெலவெலக்கச் செய்யும். மூன்றாவது பாகிஸ்தான் அரசு ரகசியமாக நிறைய ஆசீர்வாதம் செய்யும். நான்காவது, தெற்காசியாவின் தன்னிகரற்ற இயக்கம் என்கிற பெயர் லஷ்கருக்குக் கிடைக்கும்.

ஆகவே திட்டமிட்டு, கவனமாகக் களமிறங்கினார்கள்.

ஒரு போர்க்களத்துக்குப் போகிற வீரர்கள் மாதிரி சகல ஆயுதங்களையும் உணவுப் பொருள்களையும் (உலர்ந்த பழங்கள்) மொபைல் போன், ஐடெண்டிடி கார்ட் போன்ற அடையாளப் பொருள்களையும் எடுத்துக்கொண்டுதான் கிளம்பினார்கள்.

திட்டம் சற்று நுணுக்கமானது. நாடாளுமன்றக் கட்டட வளாகத்துக்குள் சகட்டுமேனிக்கு யாரும் நுழைந்துவிட முடியாது. அனுமதி பாஸ் இருந்தால் மட்டுமே வாகனங்களுக்குக் கதவு திறக்கப்படும். தவிரவும் அப்போது குளிர்காலக் கூட்டத்தொடர் நடந்துகொண்டிருந்தது. குளிருக்கு இதமாக உள்ளே பா.ஜ.க. - காங்கிரஸ் மோதல் கன ஜோராக சுடச்சுட நடந்துகொண்டிருந்தது. சுற்றுலாப் பயணிகள் கூட தூர இருந்து தரிசித்துவிட்டுப் போகவேண்டியதுதான்.

லஷ்கர் ஆள்களின் நோக்கம் இரண்டு. வாஜ்பாயி, அத்வானி போன்ற தலைவர்கள் யாராவது அகப் பட்டால் சுட்டுக்கொல்வது முதலாவது. அதன்பின் கட்டடத்தையே வெடிவைத்துத் தகர்ப்பது.

அதற்குத் தேவையான வெடிபொருள்கள் அனைத்தை யும் முன்னதாக பத்திரமாக ஒரு வெள்ளை நிற அம்பாசிடர் காரில் ஏற்றி வைத்திருந்தார்கள். அந்தக் காரில்தான் அவர்களும் வந்தார்கள்.

கொடித்தோன்றும் தோரண வாயில் காப்போன் கதவு திறப்பதற்கு என்ன வழி? ம்ஹூம். ஒரு வழியும் இல்லை. கதவு திறந்திருந்தால் நேரே உள்ளே ஓட்டிப் போய்விடுவது. திறந்திராத பட்சத்தில் இடித்து உடைத்தபடி உள்ளே போய்விடுவது. காருக்குள் இருப்பதால் ஒன்றும் பிரச்னையில்லை. அதுவும் ஒருவரல்ல; ஐந்து பேர். தவிரவும் கார் நிறைய கிரேனேடுகளும் வெடி மருந்துகளும் இருக்கின்றன. ஏகே ரகத் துப்பாக்கிகள் வேறு பொண கனத்துடன் காலுக்கடியில் கிடக்கின்றன. என்ன பயம்? ஒன்றுமில்லை.

அன்றைக்கு வியாழக்கிழமை. டிசம்பர் மாதத்து டில்லி குளிரைப் பற்றி விவரிக்கவே வேண்டாம். மணி பதினொன்றரை ஆகியும் வானம் மப்பும் மந்தாரமுமாகவே இருந்தது. ஸ்வெட்டர் அணிந்து மஃப்ளர் சுற்றிய நாடாளுமன்ற செக்யூரிடிகள் தம் வழக்கப்படி ரோந்தில் இருந்தார்கள். சுற்றியுள்ள பூங்காவை அழகுபடுத்தும் தொழிலாளி ஒருவர் கத்திரியும் கையுமாக ஏதோ உத்தியோகம் பார்த்துக் கொண்டிருந்தார். சபை ஒத்திவைக்கப்பட்டிருக்கிறது. இதெல்லாம் வழக்கம்தான். ஒத்தி வைக்காமல் ஒழுங்காக நடந்தால்தான் அதிசயம். அமைச்சர்களும் எம்.பிக்களும் இன்னும் சில நிமிடங்களில் வெளியேறி, அவரவர் வாகனங்களில் புறப்பட்டுவிடுவார்கள். அரைமணி நேர களேபரம். அப்புறம் அந்தக் கட்டடம் சமர்த்தாக இருக்கும். மோப்ப நாய் கொண்டு இன்னொரு ரவுண்டு ரோந்து போய் வந்துவிட்டால் மறுநாள் ஒத்திவைக்க சௌகரியமாக இருக்கும்.

சரியாகப் பதினொன்றரை ஆனது. அந்த வெள்ளை அம்பாசிடர் வேகமாக சீறிக்கொண்டு வந்தது. எம்பிக்களுக்காகத் திறந்து வைத்திருந்த

கேட்டினுள்ளே அநாயாசமாக நுழைந்து மேலும் வேகமெடுத்தது.

'டாய், யாரு? யாரு? நில்லு.. நிறுத்து காரை!' என்று ஹிந்தியில் அலறியபடி செக்யூரிடி ஒருவர் துப்பாக்கியைத் தூக்கியபடி ஓடினார்.

காரின் முன்பக்கக் கண்ணாடியின்மேல் முழ நீளத்துக்கு என்னவோ ஸ்டிக்கர் ஒட்டப்பட்டிருந்ததை முதலில் யாரும் அத்தனை பொருட்படுத்தவில்லை. அப்புறம் எல்லாம் முடிந்தபிறகுதான் படித்துப் பார்த்தார்கள். நாம் இப்போதே படித்துவிடலாம். ரொம்ப காமெடியான பட்லர் இங்கிலீஷில் எழுதப்பட்ட ஸ்டிக்கர் அது. புரிந்துகொள்ளப் பெரிய ஆங்கில அறிவெல்லாம் வேண்டாம். ஏ ஃபார் ஆப்பிள் தெரியுமல்லவா? போதும்!

"INDIA IS A VERY BAD COUNTRY AND WE HATE INDIA WE WANT TO DESTROY INDIA AND WITH THE GRACE OF GOD WE WILL DO IT GOD IS WITH US AND WE WILL TRY OUR BEST. THIS EDIET WAJPAI AND ADVANI WE WILL KILL THEM. THEY HAVE KILLED MANY INNOCENT PEOPLE AND THEY ARE VERY BAD PERSONS THERE BROTHER BUSH IS ALSO A VERY BAD PERSON HE WILL BE NEXT TARGET HE IS ALSO THE KILLER OF INNOCENT PEOPLE HE HAVE TO DIE AND WE WILL DO IT."

இத்தனை நீள எழுத்துக்களைக் கொண்டு ஒரு ஸ்டிக்கர் செய்து காரின் முன் கண்ணாடியில் ஒட்டிவிட்டு அந்த பிரகஸ்பதி எப்படித்தான் வண்டி ஓட்டிக்கொண்டு வந்தானோ தெரியவில்லை. வாஜ்பாய் அல்லது அத்வானியின் வண்டிக்குக் குறிவைத்து வந்திருக்க வேண்டும். அவர்களுக்கு எதிரே முதல் முதலில்

அகப்பட்டது துணை அதிபர் பைரோன் சிங் ஷெகாவத்தின் கார்தான்.

போய் மோதி வெடிக்கச் செய்யும் உத்தேசத்துடன் வண்டியை வேகமாகச் செலுத்திக்கொண்டிருந்தார் கள். எல்லாம் கண நேரம். நாலாபுறங்களிலிருந்தும் பாதுகாப்புப் படையினர் சுட்டுக்கொண்டே ஓடிவர, மோதல் திட்டம் வீணாகிவிடும் என்று புரிந்த தீவிரர்கள், சடாரென்று காரை நிறுத்திவிட்டுக் குதித்து ஓடத் தொடங்கினார்கள். ஆளுக்கொரு பக்கம். ஏகே 47உடன். தவிரவும் பாக்கெட்டுகளில் கிரானேடுகள் இருக்கின்றன.

தாக்குதல் ஆரம்பமானது. மணி 11.40. அத்தனை பெரிய நாடாளுமன்ற வெளிவராண்டாவில் பதுங்கவா முடியாது? ஏறிப் பதுங்கிவிட்டார்கள். பாதுகாப்பு வீரர்களை நோக்கி லஷ்கர் ஆள்கள் சுடவும், அவர்களை நோக்கி வீரர்கள் சுடவும், சில நிமிடங்களில் பிராந்தியம் உண்மையிலேயே ஒரு போர்க்களமாகிப் போனது.

குளிர்காலக் கூட்டத்தொடரைப் படமெடுக்க வந்த மீடியா கேமராமேன்கள் குண்டு படமுடியாத இடங்களில் கேமராக்களை நிறுத்தி ஷூட்டிங்கை ஷூட் செய்யத் தொடங்கிவிட்டார்கள்.

என்ன நடக்கிறது என்று யாருக்கும் புரியவில்லை. பதற்றமும் பயமும் கலவரமும் இரு தரப்புக்கும் பொதுவாக இருந்தது. சடார் சடாரென்று குண்டடி பட்டு யார் விழுந்தாலும் எல்லோருக்கும் நெஞ்சு பதைத்தது.

விபரீதம். மிகப்பெரிய விபரீதம். உள்ளே வாஜ்பாயி இருக்கிறார். அத்வானி இருக்கிறார்.

எதிர்க்கட்சி எம்.பிக்கள், அமைச்சர்களில் சிலர், பத்திரிகையாளர்கள், சிறப்பு அழைப்பாளர்கள் என்று சுமார் இருநூறு பேருக்குக் குறையாமல் இருந்தார்கள். நடந்துகொண்டிருப்பது மாபெரும் அசம்பாவிதம். இது பரிணாம வளர்ச்சி பெற்றுவிட்டால் அத்தனை பேரும் காலி.

உடனடியாக உள்ளே அனைத்துக் கதவுகளும் இழுத்துப் பூட்டப்பட்டன. உள்ளிருந்த பாதுகாவலர்கள் தத்தம் துப்பாக்கிகளை ரவைகளால் நிரப்பிக்கொண்டார்கள். தலைவர்கள், வி.ஐ.பிக்களை அலேக்காகத் தூக்கிப் போய் ரகசியமான இடங்களில் மூட்டை கட்டிப் போட்டார்கள். எல்லாம் முடியும்வரை யாரும் எழுந்து வரவேண்டாம்.

அங்கே அறிவிக்கப்படாத எமர்ஜென்சி சூழ்நிலை உருவாக்கப்பட்டிருந்தது. பாதுகாப்புத் துறை அமைச்சராகஅப்போதுஇருந்தஜார்ஜ்பெர்னாண்டஸ், வெளியில் நடப்பதை அறிந்துகொள்ள விரும்பினார். ஆனால் காவலர்கள் அவரை வெளியே வர அனுமதிக்க மறுத்துவிட்டார்கள்.

'வருவது நல்லதில்லை ஐயா. துப்பாக்கிச் சூடு நடந்து கொண்டிருக்கிறது. அவர்கள் ஒரு காரில் வந்தார்கள். மொத்தம் ஐந்து பேர். வளாகத்துக்குள் பதுங்கிக்கொண்டு சுட்டுக் கொண்டிருக்கிறார்கள். எங்கிருந்து குண்டு பாயும் என்று இப்போது சொல்லவே முடியாது!'

'அப்படியா? இழப்புகள் ஏதும்?'

'உண்டு. இன்னும் முழு விவரம் தெரியவில்லை. ஆ, சத்தம் கேட்கிறதா? இன்னும் தொடர்கிறது. நீங்கள் இங்கேயே இருக்கவும். வெளியே வர முயற்சி செய்யவேண்டாம்.'

அந்த செக்யூரிடி தன் ஆயுதத்துடன் கதவைத் திறந்து வெளியேறி, படாரென்று மூடித் தாளிடும் சத்தம் கேட்டது. ஆனால் ஜார்ஜ் ஃபெர்னாண்டஸும் அப்போதைய சட்ட அமைச்சர் அருண் ஜெய்ட்லியும் நடப்பதை நேரடியாகத் தெரிந்துகொள்ள மிகவும் விரும்பியிருக்கிறார்கள். உயிராவது புண்ணாக்காவது? என்ன செய்தார்கள், எப்படிப் பார்த்தார்கள், அல்லது பார்க்க முடிந்ததா என்று தெரியவில்லை.

ஆனால் லஷ்கர் போராளிகள் பாராளுமன்றக் கட்டடத்துக்குள் ஜெலட்டின் குச்சிகளை வீச முயற்சி செய்கிறார்கள் என்கிற தகவலை முதலில் வெளிப் படுத்தி, செக்யூரிடிகளை எச்சரித்தது அவர்கள்தான்.

அந்த முயற்சி பலனளிக்கவில்லை. அவர்கள் பதுங்கியிருந்த இடம் நாடாளுமன்றத்தின் பிரதான வாயில் இல்லை. பின்புறம். குச்சிகள் வந்து மோதியதோ, அதன் அடியிலிருந்த பூந்தொட்டிகளின் மீது.

சுமார் நாற்பது நிமிடங்கள் இந்தச் சண்டை நீடித்தது. டெக்னாலஜியின் தயவில் தேசமே டிவியில் நகம் கடித்துக்கொண்டு பார்த்தது. சண்டை முடிந்து பிணங்களை அப்புறப்படுத்தும்போது அவர்கள் ஐந்து பேரும் கொல்லப்பட்டிருந்தார்கள். அடையாள அட்டைகளைக் கொண்டு லஷ்கர் மற்றும் ஜெய்ஷ் ஏ முஹம்மது இயக்கங்களைச் சேர்ந்தவர்கள் என்பது தெரிந்தது. டெல்லி போலீஸ்காரர்கள் ஐந்து பேர் மற்றும் அந்த அப்பாவி தோட்டத் தொழிலாளியும் இறந்திருந்தார்கள்.

அதற்குள் ராணுவத்துக்குத் தகவல் போய் லாரிகளில் வந்து இறங்க, மறுபுறம் கறுப்புப் பூனைப் படை ஒன்று வந்து குதிக்க, பிராந்தியமே

களேபரமாகிவிட்டது. அமைச்சர்களும் பிரதமரும் எம்.பிக்களும் சபாநாயகரும் மற்றவர்களும் நலமாக இருக்கிறார்களா என்று எல்லா கதவுகளையும் தள்ளிக்கொண்டு ஓடோடிப் போய்த் தேடினார்கள்.

அத்தனை பேரும் அரண்டுதான் போயிருந்தார்கள்.

13

உன் குத்தமா? என் குத்தமா?

நாடாளுமன்றத்தில் நடந்த தாக்குதல் எழுப்பிய அதிர்ச்சி அலைகள் தேசம் முழுதும் பரவி திகிலை உண்டாக்கியிருந்த சமயம். சரியாக இருபத்தி நான்கு மணிநேரம் கழித்து, நடந்த சம்பவத்துக்கு லஷ்கர் ஈ தொய்பாவும் ஜெய்ஷ் ஏ முஹம்மதுவும் காரணம் என்று அறிவிக்கப்பட்டது. இரண்டு இயக்கங்களும் கூட்டணி அமைத்து நிகழ்த்திய காரியம் என்று சொன்னார்கள்.

உள்துறை அமைச்சராக அப்போது இருந்த எல். கே. அத்வானி ஓர் அறிக்கை வெளியிட்டார். 'நடந்த சம்பவத்துக்கு அண்டை தேசம் காரணம். சில க்ளுக்கள் கிடைத்திருக்கின்றன. சில தீவிரவாத இயக்கங்களின் துணையுடன் செய்திருக்கிறார்கள்.'

பாகிஸ்தானை ஒரு பயங்கரவாத தேசம் என்று இதனைக்காட்டிலும் வெளிப்படையாக அத்தனை பெரிய பதவியில் இருந்தவர் சொல்லியிருக்க முடியாது. ஆனால் அவசர அவசரமாக ஒரு

தேசத்தையே ஏன் அவர் குற்றவாளியாகச் சொல்லவேண்டும் என்கிற கேள்வி எழுந்தது. கொந்தளித்துக்கொண்டிருந்த இந்தியர்களின் உணர்வுக்கு அது ஒரு சிறு ஆறுதலாக இருக்கலாம் என்று அவர் கருதியிருக்கலாம். அத்தோடு நிறுத்தாமல் இந்தியாவுக்கான பாகிஸ்தான் ஹை கமிஷனர் அஷ்ரஃப் ஜஹாங்கீர் காஜியை *(Ashraf Jehangir Qazi)* அழைத்து, லஷ்கர், ஜெய்ஷ் இரண்டு அமைப்புகளையும் பாகிஸ்தான் தடை செய்ய வேண்டும்; அவர்களுக்கு நிதியுதவி செய்வது நிறுத்தப்படவேண்டும்; அவர்களது சொத்துகள் முடக்கப்பட வேண்டும் என்கிற கோரிக்கையைத் தெரியப்படுத்தினார்கள்.

ஆப்கன் யுத்தம் நடந்துகொண்டிருந்த சமயம் அது. ஒசாமா பின்லேடனும் ஒற்றைக்கண் முல்லா முஹம்மது ஓமரும் அமெரிக்கக் கூட்டணிப் படையினருக்குத் தண்ணி காட்டிக் கொண்டிருந்தார்கள். விரிச்சுவல் ரியாலிடி மாதிரி அவர்கள் இருக்கிறார்கள், இல்லை என்று தினமொரு தகவல் மாறி மாறி வந்துகொண்டிருந்தது. அமெரிக்கப் படைகளுக்கு ஆதரவு தெரிவித்து களத்தில் நின்றிருந்த பாகிஸ்தானுக்கு இந்தியாவின் இந்த பகிரங்கக் குற்றச்சாட்டு மிகுந்த தர்ம சங்கடத்தை விளைவித்தது.

ஒரு பக்கம் தீவிரவாதத்துக்கு எதிரான யுத்தத்தில் பங்கெடுப்பு. மறுபக்கம் லஷ்கரை அனுப்பி இந்திய நாடாளுமன்றத்தில் தாக்குதல் நடத்தச் சொன்னதாகக் குற்றச்சாட்டு. மானம் சாட்டிலைட்டில் ஏறாதோ?

என்ன செய்யலாம் என்று யோசித்தார்கள். அதிக அவகாசமில்லை. பாகிஸ்தான் ராணுவத்தின் செய்தித் தொடர்பாளராக அப்போது இருந்த மேஜர் ஜெனரல்

ரஷித் குரேஷி (Rashid Qureshi) மூலம் ஓர் அறிக்கை வெளியிட்டது பாகிஸ்தான் அரசு.

'இந்திய நாடாளுமன்றத் தாக்குதல் சம்பவத்தை, அது நிகழ்ந்தவுடன் பாகிஸ்தான் கண்டித்தது. ஆனால் இப்போது தெரியவருவது என்னவென்றால், இந்திய ராணுவமே செட்டப் செய்து நிகழ்த்திய நாடகம்தான் அது! காஷ்மீரில் நடந்துவரும் சுதந்தரப் போராட்டத்துக்கு அவப்பெயர் கொண்டு சேர்ப்பதற்காகவே திட்டமிட்டு இதனைச் செய்திருக்கிறார்கள்!'

அவ்வளவுதான். அமைதிப் பேச்சுவார்த்தை, அவரைக்காய் பருப்புக்கூட்டு என்று அதுவரை என்னவாவது பேசிக்கொண்டிருந்ததெல்லாம் அத்தோடு தாற்காலிகமாக மூட்டை கட்டிப் பரணில் போடப்பட்டது. டிசம்பர் 20ம் தேதி இந்தியா ஒரு காரியம் செய்தது. ராணுவத்தின் மிகப்பெரிய படைப்பிரிவுகளைத் திரட்டி காஷ்மீரிலும் பஞ்சாப் எல்லையிலும் கொண்டு குவித்தது. பாதுகாப்பு நடவடிக்கை என்று சொல்லப்பட்டது.

மிகப்பெரிய என்றால், உண்மையிலேயே மிகப் பெரிய. 1971 இந்தியா - பாகிஸ்தான் யுத்த சமயத்தில் குவிக்கப்பட்ட படைகளுக்குச் சமம் அது. அதற்குப் பின் வேறெந்த சந்தர்ப்பத்திலும் அத்தனை பெரிய ராணுவப் படை பாகிஸ்தான் எல்லைப்பக்கம் நிறுத்தப்பட்டதில்லை. கார்கில் யுத்தத்தின்போதுகூட!

இதுவும் சர்வதேச அரங்கில் மாபெரும் அதிர்ச்சியை உண்டாக்கியது. ஒரு பக்கம் தீவிரவாதத்துக்கு எதிரான அமெரிக்கக் கூட்டணி கோஷ்டியின் யுத்தம். மறுபுறம் இந்திய - பாகிஸ்தான் போர் மேகம் அல்லது போர் மூடுபனி. எல்லோருமே பதறினார்கள். ஜார்ஜ் புஷ் கூடக் கவலையோ என்னமோ தெரிவித்துப் பேசினார்.

மறுபுறம் பேய் வேகத்தில் சம்பவத்துக்குக் காரணமானவர்களைக் கண்டுபிடிக்கும் பணிகள் நடந்துகொண்டிருந்தன. நாடாளுமன்றத்தில் தாக்குதல் நடத்திய ஐந்து பேரும் சுட்டுக்கொல்லப்பட்டுவிட்ட நிலையில், பின்னணிப் பரமாத்மாக்கள்தான் டார்கெட். லஷ்கரும் ஜெய்ஷும் இணைந்து செய்த காரியம் என்பது தெரியும். ஆனால் ஸ்கிரிப்ட் எழுதி இயக்கிய பிரதிநிதி யார்? அல்லது பிரதிநிதிகள் யார் யார்?

தில்லியிலும் காஷ்மீரிலும் கடுமையான தேடுதல் வேட்டையும் விசாரணையும் முடுக்கிவிடப்பட்டன. இறந்த ஐந்து தீவிரவாதிகளை விதவிதமாக போட்டோ பிடித்து, பழைய கேடி லிஸ்டுடன் ஒப்பிட்டுப் பார்த்தார்கள். மறுபுறம் இறந்தவர்கள் உள்பட மொத்தம் பன்னிரண்டு பேர் தாக்குதல் திட்டத்துடன் சம்பந்தப்பட்டவர்கள் என்று ஒரு பட்டியலும் வெளியிட்டார்கள்.

ஜெய்ஷ் ஏ முஹம்மதுவைச் சேர்ந்த மௌலானா மசூத் அஸார் (கந்தஹார் விமானக் கடத்தல் புகழ்!), காஸி பாபா (இறந்தவர்களுள் ஒருவன்), பாகிஸ்தானைச் சேர்ந்த தாரிக் அஹமது, காஷ்மீரிகளான எஸ்.ஏ.ஆர். கீலானி, ஷவுகத் ஹுசைன் குரு, முஹம்மது அஃப்ஸல், ஷவுகத்தின் மனைவியான அஃப்ஸான் குரு ஆகியோரைத் தவிர இன்னும் அடையாளம் தெரியாத ஐந்து பேரும் சம்பந்தப்பட்டிருந்ததாகத் தெரிவித்தார்கள். அவர்கள்தான் லஷ்கரைச் சேர்ந்தவர்கள். பெயரற்றவர்கள்!

மேற்படி பெயர் தெரிந்த பட்டியலில் மௌலானா மசூத் அஸாரைப் பிடிப்பது என்பது கஷ்ட காரியம். அவர் பாகிஸ்தானில் இருப்பவர். காஸி பாபா

சொர்க்கத்துக்கோ, நரகத்துக்கோ போய்ச் சேர்ந்து இரண்டு தினங்கள் ஆகியிருந்தன. எனவே கீலானி, ஷவுகத் ஹுசைன் குரு, முஹம்மது அஃப்ஸல், அஃப்ஸான் குரு ஆகிய காஷ்மீரிகளைக் கைது செய்தது காவல் துறை.

கீலானி, தில்லியில் ஜாகிர் உசேன் கல்லூரியில் பேராசிரியராகப் பணியாற்றிக்கொண்டிருந்தவர். மிகவும் கௌரவமான நபராகக் கருதப்பட்டவர். அவரது கைது பலராலும் நம்பமுடியாததாக இருந்தது. இவரா, இவரா என்று மாணவர்கள் மாய்ந்து போனார்கள். கீலானியின் நண்பர்கள் அனைவரும் அதிர்ச்சியில் வாயடைத்தார்கள். கீலானி தீவிரவாதியா? ஜெய்ஷ் ஏ முஹம்மது அல்லது லஷ்கருடன் தொடர்பு கொண்டவரா? உண்மையா? அல்லது ஜோடிப்பா?

விவாதங்கள் சூடுபிடித்தன. அவர் போடோ *(POTO)* சட்டத்தின் கீழ் கைது செய்யப்பட்டிருந்தார். தீவிரவாதத் தடுப்புப் பிரிவு. தில்லி போலீசுக்கு கீலானிமீது சந்தேகம் எழக் காரணமாக இருந்தது ஒரு தொலைபேசி அழைப்பு. தில்லியில் இருந்த கீலானி, காஷ்மீரில் தன்னுடைய உறவினரான ஷவுகத்துடனும் அவரது மனைவி அஃப்ஸனுடனும் காஷ்மீரி மொழியில் சில நிமிடங்கள் பேசியதை போலீஸ் ரகசியமாகப் பதிவு செய்திருந்தது. போட்டு, கேட்டுப் பார்த்ததில் நாடாளுமன்றத் தாக்குதல் தொடர்பான வழக்குக்கு அது ஒரு வலுவான சாட்சியமாக இருப்பதாகக் கருதி, அவரைக் கைது செய்திருந்தார்கள். கீலானி திஹார் சிறையில் அடைக்கப்பட்டார். ஷவுகத்தும் அஃப்ஸனும் கூட. பின்னால் வருஷக்கணக்கில் வழக்கு நடந்து, கீலானி மீது துப்பாக்கிச் சூடு சம்பவங்கள்

அரங்கேறி, என்னென்னவோ கலாட்டாக்கள் நடந்து முடிந்து ஒருவழியாக அவர்கள் நிரபராதிகள் என்று உச்சநீதிமன்றம் விடுவித்ததெல்லாம் இங்கே தேவையற்றவை.

நான்காவது நபர் முஹம்மது அஃப்ஸல் குரு. இன்றைக்கு வரை செய்தியில் இருப்பவர். மேற்படி வழக்கில் குற்றவாளி என்று நிரூபிக்கப்பட்டு, மரண தண்டனை விதிக்கப்பட்டு, ஜனாதிபதிக்குக் கருணை மனு எழுதிக் காத்திருப்பவர்.

அஃப்ஸல் குருவின் வாக்குமூலங்கள், இந்தக் குறிப்பிட்ட வழக்குக்கு மட்டுமல்லாமல் காஷ்மீர் இயக்கங்கள், காஷ்மீர் காவல் துறை, சிறப்பு அதிரடிப்படை, காஷ்மீர் மக்களின் நிலைமை ஆகிய பல்வேறு அம்சங்கள் குறித்த பல வெளிவராத விவரங்கள் வெளிவரக் காரணமான மிக முக்கிய ஆவணம்.

காஷ்மீரில் நீங்கள் எந்த ஓர் இளைஞரையும் ஏதோ ஓர் இயக்கத்துடன் சம்பந்தப்படுத்திக் கைது செய்துவிட முடியும். இப்போது இருக்கும் - இயங்கும் இயக்கமோ, எப்போதோ செத்தொழிந்த இயக்கமோ. நேரடி உறுப்பினராக இல்லாது போனாலும் குறைந்தபட்சம் அனுதாபியாக இருப்பார்கள். நிதியளித்தவர்களாக இருப்பார்கள். போஸ்டர் ஒட்டியவர்களாக இருப்பார்கள். கோஷம் போட்டவர்களாக இருப்பார்கள். சிலர் துப்பாக்கியைத் தூக்கிப் பார்த்துவிட்டு, முடியாமல் கீழே போட்டவர்களாக. கொஞ்சநாள் போராளியாக இருந்துவிட்டு, திருந்தி மீண்டவர்களாக.

அஃப்ஸல் குருவின் வாழ்வும் வாக்குமூலமும் நமக்குத் தெரிவிக்கும் செய்தி இதுதான். ஒரு விஷயம்.

லஷ்கர் ஈ தொய்பா குறித்த இந்தப் பகுதியில் அஃப்ஸல் குருவின் கதை சற்றே அந்நியமாகப் படலாம். ஆனால் லஷ்கர் போன்ற இயக்கங்களின் இருப்பும் இயக்கமும் காஷ்மீரில் எவ்வாறு சாத்தியமாகிறது என்பது புரியவேண்டுமானால் இதைத் தெரிந்துகொண்டுதான் ஆகவேண்டும்.

முஹம்மது அஃப்ஸல் குரு படிக்கிற காலத்தில் ஒரு சமர்த்து மாணவர். எம்.பி.பி.எஸ். படித்துக்கொண்டிருந்தவர். வருடம் 1987.

அந்த வருஷம் காஷ்மீரில் ஒரு பொதுத்தேர்தல் நடந்தது. ஃபரூக் அப்துல்லாவின் தேசிய மாநாட்டுக் கட்சி, இந்திரா காங்கிரசுடன் கூட்டணி வைத்துத் தேர்தலில் இறங்கியது. இந்தக் கூட்டணி காஷ்மீர் மக்களுக்குப் பிடிக்கவில்லை. சுத்தமாகப் பிடிக்கவில்லை. மானங்கெட்ட அரசியல் என்று வருணித்தார்கள். ஃபரூக் அப்துல்லாவைத் தேர்தலில் தோற்கடித்தே தீரவேண்டும் என்று முடிவு செய்து, காஷ்மீரின் மெஜாரிடி மக்களான முஸ்லிம்கள் 'ஐக்கிய முஸ்லிம் முன்னணி' என்கிற பெயரில் ஒரு புதிய கட்சியைக் களத்தில் இறக்கியது.

இது ஃபரூக்குக்கு அடிவயிற்றில் உப்பு, புளி, மிளகாய் எல்லாவற்றையும் சேர்த்து அரைத்துக் கரைத்தது. தேர்தலில் தே.மா.க - காங்கிரஸ் கூட்டணி தோல்வியடைந்தால் மாபெரும் அவமானம். அதைவிட புத்தம்புதிய ஐக்கிய முஸ்லிம் முன்னணி வெற்றி பெறுமானால் படுகுழி அவமானம். ஆனால் நிலைமை அப்படித்தான் இருந்தது. தொண்ணூற்றொன்பது சதவீத காஷ்மீர் இளம் வாக்காளர்கள் ஐ.மு.மு.வைத்தான் ஆதரித்தார்கள். படு உக்கிரமாகப் பிரசாரம் நடைபெற்றது.

எனவே வேறு வழியில்லாமல் ஃபரூக் - காங்கிரஸ் கூட்டணி தேர்தல் தில்லுமுல்லுகளில் இறங்கியது. வோட்டுச் சாவடிகள் கைப்பற்றப்பட்டன. கள்ள வோட்டுத் திருவிழா நடத்தப்பட்டது. எல்லா இடங்களிலும் அவர்களே வெற்றி பெற்றதாக அறிவிக்கப்பட்டது. இதனால் நம்பிக்கையுடன் தேர்தலில் இறங்கிய காஷ்மீர் இளைஞர்கள் முற்றிலுமாகத் தேர்தல் ஜனநாயகத்தில் நம்பிக்கை இழந்துபோனார்கள். காஷ்மீர் அரசியல்வாதிகளால் தங்களுக்கு விடிவே கிடையாது என்று அவர்கள் முடிவுக்கு வந்த நேரத்தை பாகிஸ்தான் உளவுத்துறையான ஐ.எஸ்.ஐ. மிகத் திறமையாகப் பயன்படுத்திக்கொண்டது.

உடனடியாக காஷ்மீர் இளைஞர்களை அரவணைக்க முன்வந்தது. மாநிலமெங்கும் சிறு சிறு ஆயுதக் குழுக்கள் உருவாகத் தொடங்கின. அம்மானுல்லா கானின் ஜம்மு காஷ்மீர் விடுதலை முன்னணியில் *(JKLF)* நூற்றுக்கணக்கான காஷ்மீர் முஸ்லிம் இளைஞர்கள் புதிதாக உறுப்பினர்களானார்கள். மூலைக்கொரு இயக்கம். வேளைக்கொரு பயங்கரவாதம்.

இதே காலகட்டத்தில்தான் லஷ்கர் போன்ற பாகிஸ்தான் இயக்கங்கள் தங்கள் தலைமையகத்தை லாகூரிலிருந்து முஸஃபராபாத்துக்கு மாற்றிக் கொண்டு காஷ்மீர் எல்லையில் வந்து கூடாரமிடத் தொடங்கின.

ஐ.எஸ்.ஐக்கு சௌகரியமாகப் போய்விட்டது. வருஷ பட்ஜெட்டில் கணிசமான தொகையை இயக்கங்களுக்குச் செலவிடத் தொடங்கினார்கள். ஆயுதங்களாக. வெடிகுண்டுகளாக. வாகனங்களாக.

உணவுப் பொருள்களாக. சமயத்தில் மாதச் சம்பளமாகக் கூட!

காஷ்மீரின் விடுதலைக்காகப் போராடும் அத்தனை காஷ்மீர் இயக்கங்களுக்கும் முஸஃபராபாத்தில் பயிற்சியளிக்கப்படும் என்கிற தகவலை பிட் நோட்டீஸ் அடிக்காத குறையாக காஷ்மீர் முழுதும் பரப்பினார்கள். ஜேகேஎல்எஃப் உள்ளிட்ட அத்தனை காஷ்மீர் இயக்கங்களும் முஸஃபராபாத்துக்குத் தம் வீரர்களைப் பயிற்சிக்காக அனுப்பத் தொடங்கின.

இந்த நடவடிக்கையின் ஆரம்பக்காலத்தில் இந்திய எல்லைப்பாதுகாப்புப் படை சற்றே கோட்டை விட்டது என்றுதான் சொல்லவேண்டும். எல்லை தாண்டிச் செல்லும் இளைஞர்களை அவர்களால் கட்டுப்படுத்த முடியவில்லை. பனிச்சிகரங்களில், படு பாதாளக் காடுகளில் இரவெல்லாம் பகலெல்லாம் பதுங்கிப் பதுங்கிச் சென்று பாகிஸ்தானில் பயிற்சி பெற ஆரம்பித்தார்கள் காஷ்மீர் இளைஞர்கள்.

அப்படிச் சென்ற ஜே.கே.எல்.எஃப் உறுப்பினர்களுள் ஒருவர்தான் முஹம்மது அஃப்ஸல் குரு.

14

ஒரு மனைவி, ஒரு மரண தண்டனை!

முஹம்மது அஃப்ஸல் குரு விவகாரத்தை இந்த அத்தியாயத்தில் முடித்துவிடலாம். கிரீஸ் விட்டுத் தாண்டிவந்து அடிக்கிற ஆட்டம்தான் என்றாலும் பின்னால் திரும்பத் திரும்ப வந்து இடையில் அவர் தலைநீட்டக் கூடாதல்லவா?

இந்த அஃப்ஸல் குரு என்கிற பெயர் பேப்பர்களில் அடிபட ஆரம்பித்தபிறகு நாடாளுமன்றத் தாக்குதலில் சம்பந்தப்பட்டதாகக் குற்றம் சாட்டப்பட்ட மற்ற பதினொரு பேரும் செய்தி மரணம் அடைந்துவிட்டார்கள். வேறு பேச்சு மூச்சே கிடையாது. எப்போது செய்திப்பக்கம் போனாலும் அஃப்ஸல் குருதான். நடுவில் டெல்லி பேராசிரியர் கீலானி கொஞ்ச நாளைக்கு கோர்ட்டுக்குப் போகும் போட்டோக்கள் வந்துகொண்டிருந்தன. நீதி மன்றத்திலிருந்து அவர் திரும்பிய ஒரு சமயம் யாரோ சுட்டுக்கொல்லப் பார்த்த சம்பவத்தால்

அவர் கொஞ்ச நாள் கவனத்தில் இருந்தார். அப்புறம் அவரை நிரபராதி என்று நீதிமன்றம் சொல்லிவிட்டது. சமர்த்தாக வீட்டுக்குப் போய்விட்டார். இன்றைக்கு வரை மாட்டிக்கொண்டிருப்பது அஃப்ஸல் குருதான்.

அருந்ததி ராய் முதல் தேசத்தில் இருக்கும் அத்தனை மனித உரிமைப் போராளிகளும் வட இந்தியப் பத்திரிகைகளும் - குறிப்பாக காஷ்மீர் மாநிலத்திலிருந்து வரும் எல்லா பத்திரிகைகளும் அஃப்ஸல் குருவுக்காக இன்றுவரை போராடிக்கொண்டிருக்கிறார்கள். அவரது மரண தண்டனை ரத்து செய்யப்பட வேண்டும்.

ஏன்?

இங்கேதான் கதை டெல்லியிலிருந்து காஷ்மீருக்கு மாறுகிறது. அஃப்ஸல், 1990ம் ஆண்டு ஜம்மு காஷ்மீர் விடுதலை முன்னணி என்னும் போராளி அமைப்பில் உறுப்பினராக இருந்தவர். கொஞ்ச நாள் பாகிஸ்தானுக்குப் போய் டிரெய்னிங் எல்லாம் எடுத்திருக்கிறார். ஆனால் ஒரு சில மாதங்கள் மட்டுமே.

முஸஃபராபாத்தைச் சுற்றியுள்ள பிராந்தியங்களில் இரவு பகலாக இயங்கும் தீவிரவாத டிரெய்னிங் கேம்ப்கள் கணக்கற்றவை. பிறவி பாகிஸ்தானிகளின் கேம்ப்கள், ஆப்கன் பழைய முஜாஹிதீன்களின் கேம்ப்கள், காஷ்மீர் இயக்கத்தைச் சேர்ந்தவர்களின் கேம்ப்கள், காஷ்மீரிகளுக்கு பாகிஸ்தான் உளவுத்துறை பயிற்சியளிக்கும் கேம்ப்கள் என்று மூலைக்கு மூலை டீக்கடை மாதிரி ஏகப்பட்ட பயிற்சி முகாம்கள் அங்கே உண்டு.

இந்த இயக்கங்களைச் சேர்ந்த தீவிரவாதிகளில் பெரும்பான்மையோருக்கு லட்சிய தாகம் ஏதும்

கிடையாது. அவர்கள் சித்தாந்தத்தால் உந்தப்பட்டு, ஆயுதம் ஏந்திய போராளிகள் அல்லர். காஷ்மீர் என்பதை ஒரு போதை மருந்தாக உள்ளுக்குள் செலுத்திச் செலுத்தி, அதையே ஜபிக்கத் தொடங்கிவிட்டவர்கள். தவிரவும் ஓர் இயக்கத்துக்கு அடுத்தது ஆகாது. இவர்களுக்கு அவர்களைப் பிடிக்காது. ஒருத்தரை ஒருத்தர் குறை சொல்வது, சந்தர்ப்பம் கிடைத்தால் மோதிக்கொள்வது எல்லாம் அடிக்கடி நடக்கும். பணம் மிகப்பெரிய ஆட்டம் ஆடிக்கொண்டிருந்தது. எல்லாம் ஐ.எஸ்.ஐ அளிக்கிற பணம்.

காஷ்மீரின் விடுதலை என்னும் ஒரே நோக்கோடு, பாகிஸ்தானை நம்பி டிரெய்னிங்குக்குப் போன அஃப்ஸல் போன்ற சில போராளி இயக்க ஆர்வலர்களுக்கு இந்தக் குழு மனப்பான்மையும் கோஷ்டி மோதல்களும் மிகுந்த அவநம்பிக்கை அளித்தன. தவிரவும் காஷ்மீரை இந்தியாவிடமிருந்து மீட்டு பாகிஸ்தானுடன் இணைப்பது என்பது அஃப்ஸலுக்கு ஆகாத காரியம். அவரது விருப்பம், காஷ்மீர் சுதந்தரத் தனிநாடாக வேண்டுமென்பது. ஆகவே, ஒத்துவராமல் பாகிஸ்தானுக்குச் சென்ற சில மாதங்களிலேயே ஊர் திரும்பிவிட்டார்.

தனது போராட்ட எண்ணங்களையெல்லாம் ஒதுக்கிவிட்டு உருப்படியாக ஏதாவது செய்யலாம் என்று நினைத்து, டெல்லிக்குச் சென்று, விட்ட படிப்பைத் தொடரமுடியுமா என்று பார்த்தார். ஆனால் முன்னாள் போராளி என்பது அவருக்கு மிகப்பெரிய பிரச்னையாக இருந்தது. ஒரு காரியத்தையும் உருப்படியாகச் செய்யமுடியவில்லை. பஸ்ஸுக்குச் சில்லறை எடுக்க பாக்கெட்டில் கையைவிட்டால் கூட துப்பாக்கியை உருவுகிறானோ என்று பார்த்தார்கள்.

என்ன செய்யலாம் என்று யோசித்தார். அமைதியான ஒருவாழ்வை உத்தேசித்து, நீண்ட யோசனைக்குப் பிறகு இந்திய ராணுவத்திடம் சரணடைந்து மறுவாழ்வு கோரலாம் என்று முடிவு செய்தார். எல்லை பாதுகாப்புப் படையின் தலைமை அலுவலகத்துக்குச் சென்று தன்னைப் பற்றிய முழு விவரங்களையும் தெரிவித்து, சரணடைவதாகவும் சொன்னார்.

சரணடையும் முன்னாள் தீவிரவாதிகளுக்கு எல்லை பாதுகாப்புப் படை அலுவலகத்திலிருந்து ஒரு சர்டிபிகேட் கொடுப்பார்கள். இன்னார் இதுநாள் வரை கெட்டகாரியம் செய்துகொண்டிருந்தார், இப்போது திருந்திய மனிதனாகியிருக்கிறான். இனி இவனை நம் சமூகம் அரவணைத்துச் செல்லும் என்கிறபடியாக எழுதப்பட்டிருக்கும் ஒரு சர்டிபிகேட்.

ஆனால் அஃஷ்ப்ஸல் விஷயத்தில் அவர் சரணடைந்த பிறகும் அவருக்கு சான்றிதழ் வழங்கப்படவில்லை. மல்டி லெவல் மார்க்கெடிங் மாதிரி, நீ சரணடைந்தால் போதாது; இன்னும் இரண்டு பேரையாவது கூப்பிட்டுவந்து போட்டோவுக்கு போஸ் கொடுத்து மொத்தம் மூவராகச் சரணடையுங்கள். ஆயுதங்களைக் கீழே போடுங்கள். அதன்பின் சர்டிபிகேட் கொடுக்கிறோம் என்று சொல்லிவிட்டார்கள்.

ஆகவே அஃஷ்ப்ஸல் தன் பழைய ஜேகேஎல்எஃப் தோழர்களுடன் பேசிப்பார்த்தார். மிகுந்த முயற்சிக்குப் பிறகு வேறு இரண்டு பேரும் சரணடைய ஒப்புக்கொண்டார்கள். மூன்று பேராகப் போய் சரணடைந்து ஒருவழியாக அவர் சர்டிபிகேட்டை வாங்கினார். கையில் இருந்த சொற்ப பணத்தைப் போட்டு ஒரு சிறு மருந்துக்கடை வைத்தார். ஏற்கெனவே டாக்டராகவேண்டும்

என்கிற கனவுடன் எம்.பி.பி.எஸ் முயற்சி செய்தவரல்லவா? சரணடைந்தபிறகு குறைந்தபட்சம் மருந்துகளை விற்றாவது கனவில் கால்வாசியை நனவாக்கிக்கொள்ள முடிவு செய்தார். 1998ம் ஆண்டு அவருக்குத் திருமணம் ஆனது. அப்போது அஃப்ஸலுக்கு வயது 28. அவரது மனைவி தபாஸ்ஸும் (Tabassum) பதினெட்டே வயதான பெண்.

இனி எந்தக் கவலையும் இராது என்று காஷ்மீரிலேயே தொடர்ந்து வாழ அஃப்ஸல் முடிவு செய்ததுதான் தவறாகிப் போனது. ஒரு முறை சரணடைந்த போராளிகளை எல்லை பாதுகாப்புப் படையினர் அத்தோடு சும்மா விடமாட்டார்கள். எப்போதும் சந்தேகம். எதற்கெடுத்தாலும் விசாரணை என்று கூப்பிட்டுக் கூப்பிட்டு கோலியாடிக் கொண்டிருப்பார்கள். இது காஷ்மீரில் சர்வ சாதாரணம். எங்கே என்ன கலவரம் நடந்தாலும், குண்டு வெடித்தாலும் முதலில் சரணடைந்த தீவிரவாதிகளைத்தான் பிடித்துக்கொண்டு போய் விசாரிப்பார்கள். நீ செய்தாயா என்பது முதல் கேள்வி. வேறு யார் செய்தார்கள் என்பது அடுத்தக் கேள்வி. செய்தவர்களை உனக்குத் தெரியுமா, தொடர்புண்டா என்பது மூன்றாவது. ஒன்றுமே இல்லாவிட்டால் காவல் துறைக்காக நீ உளவறிந்து வந்து சொல் என்று நான்காவதாக ஒரு கட்டளை. உருப்படியாக உளவு சொல்ல ஒரு விஷயமும் கிடைக்காவிட்டால் அடி, உதை, ரணகளம்.

அஃப்ஸலின் மனைவி ஏஷியன் ஏஜ் பத்திரிகைக்கு எழுதிய ஒரு கடிதத்தில் ஒரு விவரம் குறிப்பிட்டிருக்கிறார். ஒரு சமயம் இம்மாதிரி அஃப்ஸலை சந்தேக கேஸில் பிடித்துச் சென்று விசாரித்த இருபத்திரண்டாவது ராஷ்டரீய ரைஃபிள்

படையைச் சேர்ந்த மேஜர் ராம் மோகன் ராய் என்பவர் அடி உதைகளைத் தாண்டி கொடுமையின் உச்சத்தை அஃப்ஸலுக்குக் கொடுத்தார் என்று அதில் தெரிவிக்கப்பட்டிருக்கிறது. அஃப்ஸலை நிர்வாணமாகக் கட்டிவைத்து, அவரது பிறப்புறுப்பில் மின்சாரத் தாக்குதல் அளித்திருக்கிறார்கள். வலியில் துடித்துத் தவித்து விழுந்தவர் தாகம் என்று கதறியபோது வாயில் சிறுநீரை ஊற்றியிருக்கிறார்கள்.

இதே மாதிரி போதிய இடைவெளியில் அடிக்கடி அஃப்ஸலை வேறு வேறு சித்திரவதை முகாம்களுக்கு இழுத்துச் சென்று செமத்தியாக கவனித்திருக்கிறார்கள். ஏன் சரணடைந்தோம் என்று கதறுகிற அளவுக்கு நிலைமை மோசமாகிப் போனது. இதெல்லாவற்றையும் விட உச்சம், அஃப்ஸலின் மனைவி அடுக்கியுள்ள குற்றச்சாட்டுகளில் மிகக் கொடூரமானது லஞ்ச விவகாரம்.

ஹம்ஹமா *(Humhama)* என்கிற இடத்திலுள்ள பி.எஸ். எஃப் கேம்ப்பில் அஃப்ஸலை விசாரணைக்கு இழுத்துவந்த ஒரு சமயத்தில் அங்கு பணியில் இருந்த வினய் குப்தா, தரீந்தர் சிங் என்கிற இரண்டு டி.எஸ்.பிக்கள் ஒரு லட்ச ரூபாய் கொடுத்தால் விட்டுவிடுவதாக பேரம் பேசியிருக்கிறார்கள். வேறு வழியின்றி வீட்டில் இருந்த தட்டுமுட்டுச் சாமான்கள் முதற்கொண்டு, திருமணத்தன்று தனக்கு அணிவிக்கப்பட்ட ஒரு பொட்டுத் தங்கம் வரை அனைத்தையும் விற்று அவர்களிடம் பணத்தைக் கொடுத்து அஃப்ஸலை மீட்டார் அவரது மனைவி.

மிகவும் உருக்கமான அவரது இந்தக் கடிதம் ஏஷியன் ஏஜில் வெளியானபிறகுதான் அஃப்ஸலுக்கு ஆதரவான மனித உரிமைக் குரல்கள் ஒலிக்கத் தொடங்கின.

ஆனால் எல்லைப் பாதுகாப்புப் படை என்பது இத்தனை குரூரமானதா? மிகைப்படுத்திச் சொல்லப்படுவது போல் தெரிகிறதே என்று தோன்றுகிறதல்லவா? அட, நம் வீரப்பன் விவகாரத்தில் சத்தியமங்கலம், திம்மம், ஆசனூர் கிராமத்து மக்கள் பட்ட பாடுகள் என்று பேப்பரில் படிக்கவில்லையா?

உண்மை என்பது மட்டும்தான் ஒன்று. நியாயம், நபருக்கு நபர் மாறக்கூடியது. ஆனாலும் சரணடைந்த ஒரு முன்னாள் தீவிரவாதி காஷ்மீரில் நிம்மதியாக வாழமுடியாது என்பது மட்டும் வெட்ட வெளிச்சம். போலீஸ் இன்ஃபார்மர்களாக அவர்களை மாற்றுவதற்கு முயற்சி எடுத்துக்கொண்டே இருப்பார்கள். மறுப்பவர்களுக்கு இம்மாதிரியான சித்திரவதைகள் கண்டிப்பாக இருக்கும். அதனால் முன்னாள் காஷ்மீர் போராளிகளுக்கு, தற்போதைய நிலவரம் பற்றி ஒன்றுமே தெரியாது; அவர்கள் பால்குடி மறந்த பாப்பாக்கள் என்று அர்த்தமில்லை.

அஃப்ஸலின் மனைவி தன் கடிதத்தில், 'காஷ்மீரில் ஒவ்வொரு ஆணும் பெண்ணும் குழந்தையும் கூட இயக்கங்களைப் பற்றிய ஒரு தகவலாவது தெரிந்தவர்களாகத்தான் இருப்பார்கள். அவர்கள் ஒரு இயக்கத்தில் இருக்கிறார்களா என்பதல்ல விஷயம். இந்தியப் பிரஜையாகத் தம்மைப் பூரணமாக உணருகிறவர்கள் கூட போராளி இயக்கங்கள் குறித்த தகவல்கள் நிறைய அறிந்தவர்களாகத்தான் இருப்பார்கள். அப்பாவிகளான மக்களை போலீஸ் இன்ஃபார்மர்களாக ஆக்குவதன்மூலம் ஒரு வீட்டுக்குள்ளேயே ஒருவரை ஒருவர் உளவு பார்க்கவேண்டிய கட்டாயம் நேரிடுகிறது. அண்ணனுக்கு எதிராகத் தம்பி, மனைவிக்கு எதிராகக்

கணவன், பெற்றோருக்கு எதிராகக் குழந்தைகள் உளவு பார்க்கவேண்டிய அவல நிலைக்குக் கொண்டுபோய்விடுகிறார்கள்' என்று எழுதுகிறார்.

இன்னோரன்ன காரணங்களால் மேற்கொண்டு காஷ்மீரில் குப்பை கொட்ட முடியாது என்று முடிவு செய்து அஃப்ஸல் டெல்லிக்கு இடம்பெயர்ந்தார். ஒரு மனைவி. ஒரு குழந்தை. அதற்கு நாலு வயது. அதைப் படிக்கவைத்து, சந்தோஷமாக வாழவைக்கலாம் என்று முடிவு செய்து அஃப்ஸல் உழைக்கத் தொடங்கிய நேரத்தில் மீண்டும் பி.எஸ். எஃப் ஆட்களால் அவர் கைது செய்யப்பட்டு விசாரணைக்குக் கொண்டுசெல்லப்பட்டார்.

இம்முறை மிக வினோதமான கோரிக்கை அல்லது பணி அஃப்ஸலுக்கு வழங்கப்பட்டது. அஃப்ஸல் காஷ்மீருக்குச் சென்று அங்கே ஒரு எல்லைப் பாதுகாப்பு முகாமில் வைக்கப்பட்டிருக்கும் முஹம்மது என்கிற நபரை டெல்லிக்கு அழைத்து வரும்படி அவரிடம் உத்தரவிடப்பட்டது.

எதற்காக இப்படியொரு நூதன உத்தரவு என்று அஃப்ஸலுக்குப் புரியவில்லை. எஸ்.டி.எஃப் கேம்ப்பில் இருக்கும் ஒரு நபரை அவர்களே அழைத்துவரலாமே? அதற்கு எதற்கு அஃப்ஸல்? ஆனாலும் வேறு வழியில்லாமல் அஃப்ஸல் காஷ்மீர் புறப்பட்டுச் சென்றார். தாம் முன்பின் பார்த்திராத ஜீவாத்மாவாகிய அந்தக் குறிப்பிட்ட முஹம்மதைத் தேடி அலைந்து ஒரு கேம்பில் கண்டுபிடித்துப் பேசியிருக்கிறார். அவருடன் தாரிக் என்கிற இன்னொரு நபரையும் அழைத்துக்கொண்டு டெல்லி திரும்பியிருக்கிறார்.

இந்த விவரங்கள் அனைத்தையும் முதல் கட்ட நீதிமன்ற விசாரணையின்போது அஃப்ஸல் தன் வாக்குமூலத்தில் தெரிவித்திருக்கிறார். ஆனால் அஃப்ஸல் காஷ்மீர் சென்று முஹம்மதை டெல்லிக்கு அழைத்துவந்தவிவரம்வரைசரிஎன்றுஒப்புக்கொண்ட நீதிமன்றம், எஸ்.டி.எஃப்பில் சொல்லித்தான் அவர் சென்று அழைத்துவந்தார் என்கிற தகவலை ஏற்க மறுத்துவிட்டது. அஃப்ஸலுக்காக வாதாட ஒரு வழக்கறிஞரும் அப்போது முன்வரவில்லை. தேசத் துரோகக் குற்றச்சாட்டுக்கு ஆளான ஒருவருக்கு வாதாடுவதில் இருந்த இயல்பான தயக்கம் காரணம்.

வழக்கு உயர் நீதிமன்றத்துக்குச் சென்றபோது யாரோ ஒரு மனித உரிமை இயக்க வழக்கறிஞர் அஃப்ஸலுக்காக வாதாடத் தான் தயார் என்று சொன்னார். அஃப்ஸலும் சந்தோஷமாக நடந்த விவரங்களை அவரிடம் தெரிக்க, அஃப்ஸலின் மரண தண்டனைக்கு எதிராக வாதாடுவதாகச் சொன்ன அந்த வழக்கறிஞர் அந்தர் பல்டி அடித்து, 'தூக்கில் போடாதீர்கள்; விஷ ஊசி ஏற்றிக் கொன்றுவிடுங்கள்' என்று நீதிபதியிடம் கேட்டார்.

விதியே என்று அஃப்ஸலின் மனைவி வழக்கை மீண்டும் சுப்ரீம் கோர்ட்டுக்கு எடுத்துச் சென்றார். ஆனால் டெல்லிக்கு முற்றிலும் புதியவரான அவரால் அங்கே ஒரு நல்ல வழக்கறிஞரைத் தேடிப்பிடிக்க முடியாமல் போனது. அஃப்ஸலையும் சிறைச்சாலைக்குச் சென்று சந்திப்பதில் கோடி பிரச்னைகள். ஒருவழியாக அஃப்ஸல் டிஃபென்ஸ் கமிட்டிக்கு ஒரு கடிதம் எழுதினார். கீலானிக்காக வாதாடிய வழக்கறிஞர்களைக் கொண்டு தனக்காக ஏதாவது செய்யும்படிக் கேட்டார்.

இன்றுவரை மரண தண்டனைக்கு எதிரான போராட்டத்தில் அஃப்ஸலுக்கு அவர் விரும்பும் நீதி கிடைக்காவிட்டாலும் அப்போது ஒரு சீனியர் வழக்கறிஞராவது கிடைத்தார். சுஷில் குமார் என்பது அவர் பெயர். இந்த இடத்தோடு அஃப்ஸல் கதையை முடித்துக்கொள்வோம். மீண்டும் லஷ்கரைத் தொடரலாம்.

பி.கு. நாடாளுமன்றத் தாக்குதல் சம்பவத்துக்கு லஷ்கர் ஈ தொய்பாவும் ஜெய்ஷ் ஏ முஹம்மதுவும் காரணம் என்று இந்தக் காண்டத்தின் முதல் வரியில் கண்டுபிடித்தார்களே, அவர்களில் யாரையாவது ஒருத்தர் ரெண்டு பேரைக் கைது செய்திருக்கிறார்களா என்று இந்த இடத்தில் ஒரு கேள்வி வரவேண்டும். இல்லை என்பது பதில்.

15

பாவம் முஷரஃப்!

இந்திய நாடாளுமன்றத் தாக்குதல் சம்பவம் சர்வதேச அளவில் எழுப்பிய அதிர்வலைகள் சாதாரணமானவை அல்ல. அதுவும் ஒரு கட்டடம் என்று நினைத்தால் கட்டடம். ஒரு தேசத்தின் இறையாண்மைச் சின்னமாக நினைத்தால் அது.

ஒரு ரயில்வே ஸ்டேஷனில் வெடிக்கும் குண்டுக்கும் இம்மாதிரியான இடங்களில் வெடிக்கும் குண்டுகளுக்கும் அதிர்ச்சி மதிப்பு ரீதியில் நிறைய வித்தியாசங்கள் இருக்கவே செய்கின்றன. இறக்கும் உயிர்களில் அத்தகைய வித்தியாசம் ஏதும் இல்லை என்றாலும்.

தவிரவும் அந்த சந்தர்ப்பம். காலகட்டம். ஆப்கனில் அப்போது அமெரிக்கா நிகழ்த்திக்கொண்டிருந்த ருத்திரதாண்டவம் ஒன்றுதான் செய்தித் தாள்களின் முதல் பக்கத்துக்கான விஷயமாக இருந்தது.

துரதிருஷ்டவசமாகஅமெரிக்காவும்அதனைமட்டுமே விரும்பியது. எங்கள் யுத்தம் தீவிரவாதிகளுடன் மட்டும்தான்; ஆப்கனிஸ்தானின் அப்பாவிகளுடன் அல்ல. இதோ பாருங்கள், நாங்கள் அவர்களுக்கு ரொட்டிப் பொட்டலம் போடுகிறோம். வாட்டர் பாக்கெட் வீசுகிறோம். எங்கள் மனித நேயத்துக்கு ஈடு இணை கிடையாது. மேலும் யுத்தத்துக்குப் பிறகு ஆப்கன் புனர்வாழ்வுக்காக இத்தனை லட்சம் டாலர்கள் ஒதுக்கியிருக்கிறோம். அங்கே புதிய ஜனநாயகப் பூங்கா ஒன்று உருவாகப்போகிறது. அட, தேர்தல் நடக்குமய்யா.

செய்திகளும் செய்தி விமரிசனங்களும். அமெரிக்க ராணுவ ஹெலிகாப்டர்கள் வீசிய உணவுப் பொட்டலங்கள், மனிதர்களில்லாத வெட்டவெளியில் விழுந்து சிதறி நாய்களுக்கு உணவான காட்சிகள் புகைப்பட வடிவத்தில்.

இதையெல்லாம் கூடச் சமாளிக்கலாம். ஆனால் தீவிரவாதத்துக்கு எதிரான யுத்தம் என்று சொல்லிவிட்டு இறங்கியிருந்த ஓரணியில் இருக்கும் உறுப்பு தேசம் எல்லை தாண்டித் தன்னுடைய தேசத்து இயக்கம் ஒன்று இன்னொரு தேசத்துக்குச் சென்று நாடாளுமன்றக் கட்டட வளாகத்தில் பட்டப்பகலில் தாக்குதல் நடத்தியிருக்கிறது என்பது அமெரிக்காவின் 'தர்ம யுத்தத்துக்கு' எப்பேர்ப்பட்ட மரண அடி!

வெலவெலத்துப் போனது உலகம்.

ஏதாவது செய்து அந்தக் கணம் இந்திய - பாகிஸ்தான் எல்லையில் இன்னொரு யுத்தம் உருவாகிவிடாமல் தடுத்தாகவேண்டிய கட்டாயத்துக்கு அப்போது அமெரிக்கக் கூட்டணி தேசங்கள் தள்ளப்பட்டன. நியாய அநியாயங்கள், தர்ம அதர்மங்கள்

பார்த்துக்கொண்டி ருக்கக் கூட சந்தர்ப்பம் இல்லை. சட்டம் அதற்கு நேரம் கிடைக்கும்போது தன் கடமையைச் செய்துகொள்ளட்டும். இப்போதைய தேவை ஏதாவது செய்து இந்தியாவைச் சற்று ஆசுவாசப்படுத்துவது. அதுதான், அது ஒன்றுதான் உடனடி முக்கியம். அதற்கு என்னென்ன செய்யலாம் என்று அமெரிக்க நட்பு தேசங்கள் தீவிரமாக யோசிக்கத் தொடங்கிய அதே வேளை, இந்திய காவல் துறையும் எல்லை பாதுகாப்புத் துறையும் ராணுவத்தின் ஒரு பகுதியும் காஷ்மீரில் உள்ள அத்தனை அந்நிய தீவிரவாத இயக்கங்களின் ஆட்களையும் கண்டுபிடித்துக் களையெடுக்கும் பணியைப் பேய் வேகத்தில் முடுக்கிவிட்டிருந்தார்கள்.

சந்தேகத்தின் அடிப்படையில் நூற்றுக்கணக்கான ஆட்கள் தினசரி கைது செய்யப்பட்டுக்கொண்டே இருந்தார்கள். அதுநாள் வரை காஷ்மீரிகள் பார்த்திராத வகையில் அதிரடி முயற்சிகள். கண்ணில் படும் தீவிரவாதிகளின்மீது அசுரத் தாக்குதல். அவர்களது பதுங்கு தளங்கள், ரகசிய இடங்கள் அனைத்தும் குறிவைத்துக் குறிவைத்துத் தாக்கித் தகர்க்கப்பட்டன.

சம்பவம் நடந்த மறுநாளே லஷ்கர் ஏ தொய்பா தான் காரணமல்ல என்று அறிக்கை விடுத்தாலும் அதனை நம்ப யாரும் தயாராக இல்லை. 13ம் தேதி நிகழ்ந்த சம்பவத்தின் முதல் எதிர்வினையாக 15ம் தேதி பாரமுல்லா மாவட்டத்தில் மூன்று லஷ்கர் தீவிரவாதிகளும் அடையாளம் தெரியாத இரண்டு பாகிஸ்தானியர்களும் இந்தியப் படையினரால் சுட்டுக்கொல்லப் பட்டனர். அடுத்த நாளே லஷ்கரின் காஷ்மீர் பிரிவு கமாண்டர் ஒருவர் ரஜௌரி பகுதியில் ஓர் என்கவுண்ட்டரில் சுட்டுத் தள்ளப்பட்டார்.

அடுத்த நாள் டிசம்பர் 20ம் தேதி ஐந்து பேர், அதற்கு அடுத்த நாள் இரண்டு பேர், மூன்றாம் நாள் பத்துப்பேர் என்று சுட்டுத் தள்ளிக்கொண்டே இருந்தார்கள். டிசம்பர் 24ம் தேதி பந்திப்பூரில் லஷ்கரின் மிக முக்கிய கமாண்டர்களுள் ஒருவரான சைஃபுல்லா அஸ்காரி என்பவரும் வேறு மூன்று லஷ்கர் ஆள்களும் என்கவுண்ட்டரில் கொல்லப்பட்டது பாகிஸ்தான் தரப்பில் புளிமூட்டை கரைத்தது.

வேறு வழியில்லாமல் பாகிஸ்தான் அரசு அன்றே லஷ்கர் ஏ தொய்பாவின் 'ஸ்டேட் பாங்க் ஆஃப் பாகிஸ்தான்' வங்கிக் கணக்குகள் அனைத்தையும் சீல் வைத்தது.

அமெரிக்காவுக்கு இந்த நடவடிக்கை போதுமானதாகத் தெரியவில்லை. இந்தியாவின் கோபத்துக்கு இது மட்டுமே மருந்தாகாது என்று நினைத்த ஜார்ஜ் புஷ் உடனடியாக லஷ்கர் ஈ தொய்பாவை சர்வதேச பயங்கரவாத இயக்கங்களின் பட்டியலில் இணைத்து அறிவிப்பு வெளியிட்டார். லஷ்கர் மட்டுமல்ல; ஜெய்ஷ் ஏ முஹம்மதுவும் கூட.

இதுதான் கார்னர் பண்ணுவது என்பது. இப்போது லஷ்கர் ஒரு பயங்கரவாத இயக்கம் என்று அமெரிக்கா அறிவித்துவிட்டது. பயங்கரவாதத்துக்கு எதிரான உலகு தழுவிய யுத்தத்தில் பாகிஸ்தான் நிற்கிறது. என்றால், பாகிஸ்தான் முதலில் செய்யவேண்டியது என்ன? ஆப்கனிஸ்தானும் ஒசாமா பின்லேடனும் நாசமாய்ப் போகட்டும். உள்ளூர் அயோக்கி யர்களை முதலில் ஒழித்துக்கட்டுவதுதான் உன் வேலை என்று சொல்லாமல் சொன்னார் ஜார்ஜ் புஷ். இதற்குமேல் தீவிரவாதிகளையெல்லாம் காஷ்மீர் சுதந்தரப் போராட்டத் தியாகிகள் என்று முஷரஃப் துதிபாடி பஜனை பண்ணிக்கொண்டிருக்க முடியாது.

முஷரஃப் யோசித்தார். என்ன செய்யலாம் என்று தன் அமைச்சரவை சகாக்களுடனும் ராணுவ உயர் அதிகாரிகளுடனும் உளவுத்துறையுடனும் கலந்து விவாதித்தார். முஸஃபராபாத் பகுதியையே மூடி சீல் வைத்தாலொழிய ஒன்றும் பண்ணிவிடமுடியாது. ஆனால் பாகிஸ்தானுக்குள் தன்னாட்சி அதிகாரம் பெற்ற மாகாணமாக விளங்கும் முஸஃபராபாத்தில் அப்படி ஏதாவது செய்தால் அது பொதுமக்கள் மத்தியில் மிகுந்த அதிருப்தியை உண்டாக்கும். காஷ்மீரை ஒரு தேசியக் கனவாக விதைத்து ஐம்பது ஆண்டுகளுக்குமேல் ஆகிவிட்ட நிலையில் இப்போது இயக்கங்களை ஒடுக்கும் முயற்சியில் ஈடுபட்டால் உடனே அவர்கள் ஹீரோக்களாகவும் முஷரஃப் வில்லனாகவும் ஆகிவிடுவார்.

ஆனால் ஒன்று சொல்லவேண்டும். என்றைக்கு முஷரஃப் அமெரிக்கக் கூட்டணிப் படையுடன் தம்மை இணைத்துக்கொண்டாரோ, அப்போதே பாகிஸ்தானியர்கள் அவரை மனத்துக்குள் வெறுக்கத் தொடங்கிவிட்டார்கள். ஆனால் ராணுவ ஆட்சியாளராக வந்தவர். அதிபர் என்று விசிட்டிங் கார்டு வைத்திருந்தாலும் ஒரு கார்ப்பரேட் நிறுவனத்தின் தலைமை அதிகாரி போலத்தான் நடந்துகொள்கிறார் என்கிறபடியால் பல்லைக் கடித்துக்கொண்டு சகித்துக்கொண்டிருந்தார்கள். அமைச்சரவை அல்ல; ராணுவத்தின் அதிகாரமே மேலோங்கியிருந்த நிலையில் அவர்களால் வேறெதுவும் செய்யமுடியாமல் இருந்தது.

முஷரஃபுக்கும் இது தெரியும். அவர் முழு விருப்பத்துடன் ஆப்கன் யுத்தத்தில் அமெரிக்கச் சார்பு நிலை எடுக்கவில்லை. அது காலத்தின் கட்டாயமாகத் திணிக்கப்பட்டிருந்தது. பாகிஸ்தானில்

வண்டி வண்டியாகத் தீவிரவாத இயக்கங்களை வளர்த்துவிட்டுவிட்டு, அதே இயக்கங்களுக்கு எதிரான யுத்தத்தில் பங்கு கொள்வது குறித்த அபத்த முரண் அவருக்குப் புரிந்தே இருந்தது. ஆனால் அந்தச் சமயத்தில் பாகிஸ்தானியர்களின் உணர்வுகளுக்கு மதிப்பளிப்பதைக் காட்டிலும் அமெரிக்காவின் கோபத்துக்கு இலக்காகிவிடாதிருக்க வேண்டும் என்கிற ஜாக்கிரதை உணர்வுதான் அவருக்கு மேலோங்கியிருந்தது.

எனவே தனது அதிகாரிகளுடன் மிக மும்முரமாக விவாதித்தார். மூன்று சாத்தியங்கள் அவர்களுக்குத் தோன்றின.

- லஷ்கரைத் தடை செய்யப்பட்ட இயக்கமாக பாகிஸ்தானும் அறிவிக்கலாம். சில லஷ்கர் முகாம்களில் ரெய்டு நடத்தலாம்.
- ஆப்கனில் அமெரிக்கா நடத்தும் தீவிரவாதிகள் வேட்டையை பாகிஸ்தான் தன் சொந்த ஊரிலேயே செய்யலாம். குறிப்பிட்ட எந்த ஒரு இயக்கத்தையும் முழுக்க அழிக்காமல் அனைத்துத் தரப்பிலும் சில உயிர்களை எடுத்து, சில ஆத்மாக்களைத் தாற்காலிகமாகச் சிறையில் தள்ளிவைக்கலாம்.
- ஒரு குறிப்பிட்ட காலத்துக்காவது இயக்கங்கள் எந்தவிதமான கெட்ட காரியங்களிலும் ஈடுபட வேண்டாம் என்று தனிச்சுற்று வேண்டுகோள் அறிக்கை அனுப்பலாம். இதனை ஐ.எஸ்.ஐயே செய்து முடித்துவிட முடியும்.

ஏகமனதாக ஏற்கப்பட்ட இந்த மூன்று அம்சத் தீர்மானத்தின் முதல் கட்டமாக டிசம்பர் 30ம் தேதி

லஷ்கரின் ராணுவத் தலைமை அதிகாரியான ஹஃபீஸ் முஹம்மது சயீதை இஸ்லாமாபாத்தில் வைத்துக் கைது செய்தார்கள். தேச விரோதப் பேச்சுகள், மக்களை உசுப்பேற்றிவிடும் காரியங்கள் என்று அந்தக் கைதுக்கான காரணங்கள் சொல்லப்பட்டன.

இங்கே கவனிக்கவேண்டும். எது தேச விரோதப் பேச்சு? ஹஃபீஸ் சத்தியமாக பாகிஸ்தான் முர்தாபாத் என்று பேசவில்லை; கோஷமிடவில்லை. காஷ்மீருக்காக யுத்தம் தொடரும் என்று எப்போதும்போலத்தான் பேசினார். ஆனாலும் கைது செய்யப்பட்டார் என்றால் என்ன காரணம் இருக்கமுடியும்? முஷரஃப் மறைமுகமாக உணர்த்த விரும்பியது என்ன?

யாருக்கும் புரியவில்லை அல்லது அரைகுறையாகப் புரிந்தது. அந்தச் சந்தர்ப்பத்தில் தீவிரவாத இயக்கங்களை ஒடுக்கிவைப்பது ஒன்றுதான் தன் பதவிக்குப் பாதுகாப்பு என்பது முஷரஃபுக்கு மிகத் தெளிவாகப் புரிந்துவிட்டது. அதனால்தான் இந்தக் கைது என்று தேசம் முழுதும் பேசினார்கள். இது அவரது இமேஜை மேலும் குறைத்தது. ஆனால் அது குறித்தெல்லாம் உட்கார்ந்து கன்னத்தில் கைவைத்துக் கவலைப்பட்டுக்கொண்டிருக்க அவகாசம் கிடையாது.

அதிரடியாக பாகிஸ்தான் முழுதும் பல்வேறு தீவிரவாத இயக்க முகாம்களின் மீது ரெய்டு நடத்த ஆரம்பித்தார்கள். தினசரி பத்து பேரையாவது கைது செய்து போட்டோ எடுத்து இவர்கள் தீவிரவாதிகள்; நாங்கள் பிடித்துவிட்டோம் என்று பேப்பர்களின் முதல் பக்கத்தில் போட்டார்கள்.

இந்தச் சந்தர்ப்ப சூழல் குறித்து பர்வேஸ் முஷரஃப் தன்னுடைய வாழ்க்கை வரலாறான *In the Line of Fire*ல்

மிகச் சாமர்த்தியமாக, அதிபுத்திசாலித்தனத்துடன் விவரித்திருக்கிறார். கடந்த வருடம் எழுதப்பட்ட நூல்களிலேயே மிகுந்த சாமர்த்திய உணர்வுடன் எழுதப்பட்ட புத்தகம் என்று அதனைத் தயங்காமல் சொல்லலாம். முஷரஃப் எத்தனை பெரிய கெட்டிக்காரரர் என்று படித்தால் புரியும்.

காலம் காலமாக தீவிரவாத இயக்கங்களால் பாகிஸ்தான் பட்டுவரும் கஷ்டங்கள் என்று அவர் இடும் பட்டியல் யாருக்கும் வியப்பு ஏற்படுத்தும். ஓரிடத்தில், 'அமெரிக்காவுக்கு அல் காயிதா செய்த கொடுமையைவிட எங்களுக்கு உள்ளூர் தீவிரவாத இயக்கங்கள் செய்த பாதிப்புகள் மிக அதிகம்' என்று சொல்கிறார். தன்னைக் கொல்வதற்கு இரண்டு முறை முயற்சி செய்து தோற்ற தீவிரவாதிகள் குறித்து எழுதும்போது இறையருளால் மட்டுமே தப்பித்ததாகக் குறிப்பிடுகிறார்.

மீண்டும் கவனிக்கவேண்டும். பாகிஸ்தான் ஒரு முஸ்லிம் நாடுதான். ஆனால் முஷரஃப் தன்னையொரு மதவாதியாக ஒருபோதும் வெளிப்படுத்திக்கொண்டதில்லை. அதுநாள் வரை ஒருபோதும் தனக்கு இறைநம்பிக்கை இருப்பதாகவும் காட்டிக்கொண்டதில்லை. ஓர் அறிவு ஜீவியாக, கட்டுப்பாடுள்ள ராணுவ அதிகாரியாக மட்டுமே வெளிப்படுத்தி வந்திருக்கிறார். ஆனால் சடாரென்று இறையருள் அது இது என்று அவர் அடித்த ஸ்டண்ட் பாகிஸ்தான் மக்களைச் சற்றே குழப்பியது. என்னதான் அவரது வாழ்க்கை வரலாறு பாகிஸ்தானில் ஒரு ஃபெய்லியர் புத்தகமாகிவிட்டது என்றபோதும் சர்வதேச அளவில் முஷரஃபின் மீது விழுந்த முழு மோச இமேஜை அந்நூல் ஓரளவு குறைத்தது என்பதை ஒப்புக்கொண்டுதான் தீரவேண்டும்.

தான் ஆட்சிக்கு வந்த முதல் நாளிலிருந்தே பயங்கரவாதத்துக்கும் அந்த வாதிகளுக்கும் எதிராக என்னென்ன செய்திருக்கிறேன், என்ன செய்ய உத்தேசித்திருக்கிறேன் என்று பக்கம் பக்கமாக வாக்குமூலம் அளித்திருக்கிறார் முஷரஃப். அதெல்லாம் அமெரிக்காவின் திருப்திக்காக.

பாகிஸ்தானியர்களின் திருப்திக்கு?

காஷ்மீர் தீவிரவாதிகளை அவர் எல்லா இடங்களிலும் சுதந்தரப் போராட்டத் தியாகிகள் என்று மட்டுமே குறிப்பிடுகிறார்.

அந்த வகையில் லஷ்கரின் தலைவரை முஷரஃப் அரசு கைது செய்தது என்பது ஒரு சுதந்தரப் போராட்ட வீரரைக் கைது செய்ததற்குச் சமமாகாதோ?

அதனால்தான் பாகிஸ்தானியர்கள் அவரது புத்தகத்தை ஒட்டுமொத்தமாக நிராகரித்துவிட்டார்கள்.

16

ஏழு குண்டுகள்

லஷ்கர் உள்ளிட்ட பாகிஸ்தான் தீவிரவாத இயக்கங்களை இந்தியா ஓரளவுக்குத் தீவிரமாக எதிர்கொள்ளத் தொடங்கியதே பாராளுமன்றத் தாக்குதல் சம்பவத்துக்குப் பிறகுதான் என்று சொல்ல வேண்டும். எப்போதும் அறிக்கைகள் இருக்கும், வீர உரைகள் இருக்கும். ஜார்ஜ் ஃபெர்னாண்டஸ் பாதுகாப்புத் துறை அமைச்சராக இருந்த காலத்தில் ஆன்னா ஊன்னா ஃப்ளைட் பிடித்து காஷ்மீருக்குப் போய் எல்லையோரம் வாக்கிங் பழகிவிட்டு வருவார்.

ஆனால் உருப்படியான பாதுகாப்பு ஏற்பாடுகள், சிறப்பான என்கவுண்ட்டர் உற்சவங்கள், கணிசமான தீவிரவாதிகள் அழிப்பு இதெல்லாம் அந்த டிசம்பர் 13க்குப் பிறகுதான். ஒரு தோராயக் கணக்கெடுப்பில் 2002 ஜனவரி தொடங்கி, இந்த வருடத்து ஏப்ரல் வரைக்கும் இரண்டு நாளுக்கு ஒரு லஷ்கர் போராளியாவது சுட்டுக்கொல்லப்பட்ட அல்லது

கைதுசெய்யப்பட்டிருக்கிற விவரம் தெரியவருகிறது. காஷ்மீரின் அனைத்து மூலை முடுக்குகளிலும் தினசரி ரெய்டு நடக்கிறது. நாலு பேராவது சிக்காமல் போவதில்லை. சிக்கும் நால்வரில் கண்டிப்பாக ஒரு லஷ்கர்.

இதில் சில அத்துமீறல்கள் இருப்பதாகவும், கணக்கு காட்டுவதற்காகவே யாரையாவது கைது செய்துவிட்டு அவர்கள் லஷ்கர் இயக்கத்தைச் சேர்ந்தவர்கள் என்று சொல்லிவிடுகிறார்கள் என்றும் சில காஷ்மீர் மனித உரிமை ஆர்வலர்கள் தொடர்ந்து பேசியும் எழுதியும் வருகிறார்கள்.

அப்படி ஒரேயடியாக பஜனை பண்ணிவிடவும் முடியாது. தெற்காசிய தீவிரவாத இயக்கங்களின் கண்காணிப்பு மையமான *South Asian Terrorist Portal* இந்தக் காலகட்டத்தில் என்கவுண்ட்டரில் சுட்டுக்கொல்லப்பட்டிருக்கும் லஷ்கர் போராளிகளின் மிக நீண்ட பட்டியல் ஒன்றை வெளியிட்டிருக்கிறது. தேதி வாரியாக, இறந்தவர் பெயர் விவரங்களுடன் நீள்கிறது அந்தப் பட்டியல். சந்தேகமில்லாமல் மிகப்பெரிய காரியம்தான். கடந்த ஐந்தாண்டுகளில் குறைந்தது முன்னூற்றைம்பது லஷ்கர் வீரர்களையாவது இந்திய எல்லைக்காவல் படையினரும் சிறப்பு அதிரடிப் படையினரும் கைது செய்திருக்கிறார்கள் அல்லது சுட்டுக் கொன்றிருக்கிறார்கள்.

ஆனால் இதனாலெல்லாம் லஷ்கரின் பலம் குன்றிவிட்டதாகத் தெரியவில்லை. காஷ்மீரிலும் இந்தியாவின் ஏனைய சில வட மாகாணங்களிலும் தொடர்ந்து அவர்கள் இருக்கவும் இயங்கவும் முடிகிறது என்பதையும் கவனிக்க வேண்டும்.

2003 நவம்பர் 15ல் சில பாதுகாப்பு காரணங்களுக்காக லஷ்கர் தன்னுடைய பெயரை ஜமாத் உத் தாவா *(Jamath ud Dawa)* என்று மாற்றிக்கொண்டது. இந்தியத் தரப்புக்குக் குழப்பம் தருவதைப் பிரதானமான நோக்கமாகக் கொண்டு மேற்கொள்ளப்பட்ட பெயர் மாற்ற நடவடிக்கை இது. இதனைத் தொடர்ந்து வேறு சில பெயர்களிலும் லஷ்கர் போராளிகள் ஆங்காங்கே சில்லறைக் காரியங்களில் ஈடுபட்டுக்கொண்டிருந்தார்கள். சிறு இலக்குகள். வினாடி நேரத் தாக்குதல்கள். பிட் நோட்டீஸ் போட்டுவிட்டு சிட்டாகப் பறந்துவிடுவது. பல சமயம் மாட்டிக்கொண்டு குண்டடி பட்டு இறந்தும் இருக்கிறார்கள்.

ஆனால் கொஞ்சகாலம் எந்த இயக்கத்தைச் சேர்ந்தவர்கள் என்று கண்டுபிடிக்க முடியா மலிருந்தது. பெயர் மாற்றக் குழப்பங்கள். ஆனால் கொஞ்சகாலம்தான். இந்திய உளவுத்துறை மிக விரைவில் லஷ்கரின் புதிய அவதாரங்களை மோப்பம் பிடித்துவிட்டது. நவம்பர் 19ம் தேதி பாரமுல்லாவில் மூன்று பேரைச் சுற்றி வளைத்துக் கைது செய்தபோது மேற்படி புனைபெயரைத்தான் முதலில் சொன்னார்கள். நாலு தட்டி தட்டிக் கேட்டபோது உண்மை வந்துவிட்டது.

அதன்பிறகும் தொடர்ந்து வாரம் இரண்டு முறையாவது இந்திய போலீசுக்கும் லஷ்கருக்கும் இடையிலான சிறு யுத்தங்கள் நடந்துகொண்டுதான் இருந்தது. வெட்ட வெட்ட முளைத்துக்கொண்டே இருந்தார்கள். எனவே காஷ்மீர் முழுவதிலும் லஷ்கர் தேடுதல் வேட்டை பலப்படுத்தப்பட்டது. இதில் பலனில்லாமல் போனது என்று சொல்லமுடியாது. நூற்றுக்கணக்கான தீவிரவாதிகளைச் சுட்டு வீழ்த்தவும் கைது செய்யவும் முடிந்தது முக்கியம்தான்.

ஆனால் காஷ்மீரை மட்டுமே கவனித்துக்கொண்டிருந்ததில் பிற பிராந்தியங்களில் கொஞ்சம் கோட்டை விட்டு விட்டார்கள். பல மகத்தான சேதங்கள் ஏற்பட்டிருக்க வேண்டும். மயிரிழையில் தப்பித்தது இந்தியா என்றுதான் சொல்லவேண்டும். எல்.கே. அத்வானி, வாஜ்பாயி, காஷ்மீர் முதல்வர் குலாம் நபி ஆசாத் தொடங்கி பல பிரபலங்களுக்கு லஷ்கர் பல சந்தர்ப்பங்களில் குறிவைத்து, கட்டக் கடைசியில் திட்டம் முறியடிக்கப்பட்டிருக்கிறது.

இவ்வாறான சந்தர்ப்பங்களில் இந்தியாவில்வேறெங்கெல்லாம் அவர்கள் ஊடுருவியிருக்கக் கூடும் என்று தேடிப்பார்த்திருக்க வேண்டும். தவறவிட்டதன் விளைவு 2005ம் ஆண்டு வட மாநிலங்கள் பலவற்றில் அடுத்தடுத்து நேர்ந்த குண்டு வெடிப்புச் சம்பவங்கள். சுமார் இருபது உயிர்களும் முன்னூறு ஊசலாட்டங்களும்.

காஷ்மீர் தீவிரவாதிகள் என்னும் அந்தஸ்திலிருந்து இன்னும் சிலபடிகள் மேலேறி வந்து இந்தியாவின் எந்த இடத்திலும் லஷ்கர் வேலை பார்க்கும் என்கிற நிலைமை 2005ம் ஆண்டு உருவானது. அந்தந்தச் சம்பவத்துக்குக் காரணமானவர்களைக் கைது செய்தார்கள் என்பது உண்மையே. ஆனால் பரவியிருந்த நெட் ஒர்க்கை இந்திய காவல் மற்றும் உளவுத்துறையால் முறியடிக்க முடியாமல் போய்விட்டது.

அதற்கான விலையை 2006 ஜூலை 11ம் தேதி கொடுத்தார்கள். நினைவில் இருந்தே தீரவேண்டும். மும்பை ரயில் குண்டு வெடிப்புச் சம்பவங்கள்.

மும்பைக்கு குண்டுகள் புதிதல்ல. எப்போதும் வெடிக்கும். அடிக்கடி வெடிக்கும். வெடித்த வேகத்தில்

எழும் பரபரப்பு மறுநாள் காலை அடங்கிவிடும். மீண்டும் மக்கள் ரயில் நெரிசல்களுக்கிடையே ஆபீஸ் போவார்கள். 1993ம் ஆண்டு தாவூத் இப்ராஹிம் கோஷ்டி அரங்கேற்றிய தொடர் குண்டு வெடிப்புச் சம்பவங்களில் ஆரம்பித்து எண்ணிப் பார்த்தால் ஐந்து மிகப்பெரிய வெடிச் சம்பவங்களை அந்த நகரம் சந்தித்திருக்கிறது.

என்ன விசேஷம் என்றால் மும்பையில் என்ன நடந்தாலும் அது உடனடியாகப் பங்குச் சந்தையில் எதிரொலிக்கும். அரசியல் கட்சிகளிடையே பெரும் சலசலப்பை உண்டுபண்ணும். களேபரத்துக்குக் குறைவிருக்காது.

மேற்படி தொடர் ரயில் குண்டு வெடிப்புத் திட்டத்துக்கும் ஆதார நோக்கம் இதுவாகத்தான் இருக்கமுடியும். தவிரவும் அந்த ஜூலை மாதம் பிறந்ததிலிருந்தே மும்பையில் நிலைமை சரியில்லாமல் இருந்தது. மூலை முடுக்கெல்லாம் கலவரம், அடிதடி, கல் வீச்சு. எல்லாம் ஒரு சிலை உடைப்பு விவகாரம்.

பால் தாக்கரேவின் மனைவி மீனாதாயின் சிலை ஒன்றை (சிவாஜி பார்க்கில் வைக்கப்பட்டிருந்தது.) யாரோ அவமானப்படுத்தி விட்டார்கள் என்று நாலைந்து நாளாக நகரம் அல்லோலகல்லோலப் பட்டுக்கொண்டிருந்தது. யார் அந்த மீனா தாய்? அவருக்கு எதற்குச் சிலை? அதைப்போய் யார் அவமானப்படுத்தினார்கள்? என்ன காரணம்? இதெல் லாம் இங்கே வேண்டாத விவகாரம். ஒரு சிலை. ஒரு அவமானம். ஒரு கலவரம். தீர்ந்தது விஷயம்.

விடுவாரா தாக்கரே? அவரே விட்டாலும் அவருடைய சேனைகள் விடுமா? எட்டாம் தேதி நடைபெற்ற

இந்தச் சம்பவத்தின் தொடர்ச்சியாக மும்பையில் இருந்த முஸ்லிம் ஏரியாக்கள் ஒவ்வொன்றாகத் தேடித்தேடிப் போய்த் தாக்க ஆரம்பித்தார்கள். ஔரங்காபாத் சாலையில் ஒரு மாபெரும் மறியல், மத்திய மும்பையில் கடையடைப்பு, கல்வீச்சு, பஸ் எரிப்பு என்று ஜனநாயகம் கொடுத்திருக்கும் அத்தனை அற்ப சந்தோஷங்களையும் அனுபவித்துத் தீர்த்தார்கள்.

சகஜ நிலைக்கு நகரைக் கொண்டுவர, காவல் துறை படாதபாடு பட்டுக்கொண்டிருந்தது. அத்தனை பேர் கவனமும் சிவசேனா மீதுதான். எப்போது எங்கே கல்வீசுவார்கள் அல்லது பஸ் எரிப்பார்கள் என்று மட்டுமே காவல் துறையும் உளவுத்துறையும் நோட்டம் பார்த்துக்கொண்டிருந்த அந்தச் சமயத்தில் தான் தொடர் ரயில் குண்டுச் சம்பவங்கள் அரங்கேறின.

யாருமே நினைத்துப் பார்த்திராத சம்பவம். இப்போது நினைத்தாலும் அடிவயிற்றைக் கலக்கும் சம்பவம். பால் தாக்கரே புண்ணியத்தில், சதித்திட்டத்தில் ஈடுபட்டவர்கள் பெரிய செக்யூரிடி பிரச்னைகள், செக் போஸ்ட் பிரச்னைகள், சந்தேகங்கள் ஏதுமின்றி மும்பையை மும்முறை வலம் வந்து ஏழு ரயில்களில் குண்டு வைத்தார்கள். ஏழு குண்டுகளும் வெடித்தன. எண்ணற்ற உயிர்கள். காற்றில் கரைந்த கதறல்கள்.

சம்பவம் நடந்த விதம், நடந்த தினம். இரண்டையும் வைத்து முதலில் இது ஏதோ சர்வதேசத் தீவிரவாத இயக்க நடவடிக்கையாகத்தான் இருக்கும் என்று நினைத்தது மும்பை காவல்துறை. சரியாக அதே ஜூலை 11. ஆனால் அதற்கு ஒரு வருடம் முன்னால் லண்டன் மெட் ரோ ரயில்களில் வெடித்த அதே பாணி. அதே ரகக் குண்டுகள். ஆர்.டி.எக்ஸ்.

எனவே, இந்தியாவுக்குள் அல் காயிதா ஊடுருவி விட்டதோ என்று கவலைப்பட ஆரம்பித்தார்கள். அல் காயிதா ஊடுருவினால் என்ன, அதன் அடுத்தவீட்டுக்காரன் ஊடுருவினால் என்ன? ஆபத்து நெஞ்சுக்கு நேரே வந்துவிட்டபிறகு ஆராய்ச்சிகளால் புண்ணியம் கிடையாது.

நடந்தது இதுதான். சிமி என்கிற இஸ்லாமிய மாணவர் இயக்கத்தின் ஒத்துழைப்புடன் லஷ்கர் ஈ தொய்பா தீட்டிய திட்டம் அது. மும்பைத் தாக்குதல். மூன்று விரார் விரைவு ரயில்கள், நான்கு போரிவில்லி ரெகுலர் ரயில்களை அவர்கள் தேர்ந்தெடுத்தார்கள். மும்பையின் நெரிசல் மிக்க பகுதிகளின் வழியே செல்லும் ரயில் பாதைகள் இவை. எந்த நேரத்திலும் ஆயிரம் பேருக்குக் குறையாமல் ஒவ்வொரு ரயிலிலும் கூட்டம் இருக்கும்.

ஏழு ரயில்களிலும் முதல் வகுப்புப் பெட்டிகளில் ஏறிய தீவிரவாதிகள், சீட்டுகளுக்கு அடியில் சக்தி மிக்க குண்டுகளைப் பொருத்தினார்கள். முதல் வகுப்புகளை அவர்கள் தேர்ந்தெடுக்கக் காரணம், ஒப்பீட்டளவில் கூட்டம் கொஞ்சம் குறைவாக இருக்கும் என்பது. ஆனால் எப்போது எங்கே அவர்கள் ஏறினார்கள், எப்படிப் பொருத்தினார்கள் என்கிற விவரம் கடைசி வரை தெரியாமலேயே போய்விட்டது. எப்படியும் பீக் அவருக்குச் சற்று முன்னதாக முன்மாலைப் பொழுதிலேயே செய்திருக்கவேண்டும்.

தவிரவும் மேற்கு ரயில்வேயில் பொதுவாகவே பாதுகாப்பு ஏற்பாடுகள் படு மந்தம். டார்ட்டாய்ஸ் கொசு வர்த்திச் சுருள் புகைவது போலத்தான் ஆபீசர்கள் மப்பாக இருப்பார்கள். எல்லா ரயில் நிலையங்களிலும் வீடியோ கேமராக்கள்

பொருத்தப்பட வேண்டும் என்று ஒவ்வொரு சட்டமன்ற, பாராளுமன்றக் கூட்டத்தொடர் கூடும் போதும் எம்.பிக்கள் பேசுவார்கள். பேசிய கையோடு மறந்தும் விடுவார்கள். போதாக்குறைக்கு மும்பை ரயில்வே பாதுகாப்புப் படையில் - குறிப்பாகப் புறநகர்ப் பகுதிகளில் போதிய ஆள்பலம் கிடையாது.

ஒரு சில இடங்களில் பாம் டிடெக்டர்கள் உண்டு. ஆனால் மும்பை ரயில் நிலையங்களில் குவியும் மக்கள் வெள்ளத்தைப் பார்த்தால் டிடெக்டர்களுக்கே ஜுரம் வந்துவிடும். அதெல்லாம் ஒப்புக்கு.

இவையெல்லாம் சேர்ந்துதான் அன்றைய தினத்தைத் தீவிரவாதிகளின் தினமாக்கிவிட்டது. அன்று மாலை சுமார் ஆறரை மணிக்கு முதல் வெடிகுண்டு வெடித்தது. அடுத்த பதினொரு நிமிடங்களில் ஏழு ரயில்களின் முதல் வகுப்புப் பெட்டிகளும் வெடித்துச் சிதறி நகரையே கலவரத்துக்குள்ளாக்கின. குண்டு வெடிப்பில் இறந்தவர்கள் ஒருபுறமென்றால், எழுந்த பதற்றத்தில் ரயிலிலிருந்து முண்டியடித்து வெளியேற முயன்று, முடியாமல் நசுங்கியோர் பல நூறு பேர்கள். அத்தனை ரயில் நிலையங்களும் அலங்கோலமாயின. எங்கு பார்த்தாலும் ரத்தம். எங்கு பார்த்தாலும் கதறல். எங்கு பார்த்தாலும் பிய்த்துக்கொண்டு பறந்து விழுந்த ரயில் பெட்டியின் பாகங்கள்.

என்ன நடக்கிறது என்றே யாருக்கும் புரியவில்லை. முதல் நினைவாக விபத்து என்றுதான் அனைவருக்குமே தோன்றியிருக்கிறது. ஆனால் மொபைல்களின் உதவியால் ஏழு இடங்களில் அடுத்தடுத்து வெடித்திருக்கும் விஷயம் ஏழு நொடிகளில் வந்து சேர்ந்துவிடவே, கலவரம், பயம், பதற்றம் என்று மக்களின் ரத்த அழுத்தம் எகிறி எங்கோ போய்விட்டது.

ஒவ்வொருவரும் தாம் உயிர்பிழைத்துவிட்ட விஷயத்தை உறவினருக்குச் சொல்ல அவசரப்பட்டார் கள். உயிருடன் இருக்கிறார்களா என்று வெளியே போனவர்களைப் பற்றி வீட்டிலிருப்போர் தெரிந்து கொள்ள விரும்பினார்கள்.

விளைவு - மும்பை நகரின் அத்தனை மொபைல் லைன்களும் ஜாம் ஆகிப்போயின. யாருக்கும் யாருடனும் பேசத் தொடர்பு கிடைக்கவில்லை. எல்லோரும் காவல் நிலையங்களுக்கு ஓடினார்கள். கமிஷனர் முதல் கடைசி ஏட்டு வரை அத்தனை பேரும் ரயில்வே ஸ்டேஷன்களுக்கு ஓடினார்கள்.

என்ன, என்ன, என்ன? யார், யார் யார்? இதுதான். இது மட்டும்தான் கேள்வி.

17

விடையற்ற கேள்விகள்

மழை என்றால் பேய் மழை. குடைகள் பிய்ந்து பறந்துகொண்டிருந்த பிசாசு மழை. மும்பை நகரமே ஒரு மாபெரும் குட்டை போலிருந்த சமயம் அது. சாதாரணமாகவே போக்குவரத்து பிதுங்கும். மழைக்காலத்தில் சொல்லவே வேண்டாம்.

ஏழு குண்டுகள் வெடித்த அந்த மழை நாளில் காவல் துறைக்கு நேர்ந்த மிகப்பெரிய பிரச்னை, புலனாய்வு சொதப்பியது. வெடித்த பெட்டிகளில் மோப்ப நாய்களும் மோப்ப போலீஸ்களும் போய் துப்பு தேடியபோது எல்லாம் கரித்தண்ணியாக இருந்தது. வெடித்துக் கருகி, தண்ணீர் விட்டுக் கழுவிய மாதிரி. அது ஆர்.டி.எக்ஸா, ஏபிசிடியா, ஈஎஃப்ஜிஹெச்சா என்று எதைவைத்துக் கண்டுபிடிப்பது?

மிகவும் திணறிப் போனார்கள். ஒரு பக்கம் இறந்தவர்களையும் காயமடைந்தவர்களையும்

மருத்துவமனைகளுக்கு எடுத்துச் செல்லவேண்டிய அவசரப் பணி. மறுபுறம் மக்களின் பதற்றத்தைத் தணிக்க வேண்டிய நிர்ப்பந்தம். இருக்கவே இருக்கிறது, பத்திரிகையாளர்களின் கேள்வித் தேள்கள்.

கொட்டை எழுத்தில் படியுங்கள். அன்றைக்கு மறுதினம் பத்திரிகையாளர்கள் கேட்ட எந்த ஒரு கேள்விக்கும் மும்பை காவல் துறைத் தலைவரால் பதிலே சொல்லமுடியவில்லை.

யார் செய்தார்கள்? எப்படிச் செய்தார்கள்? என்ன குண்டு? எங்கே தயாரிக்கப்பட்டது? எப்படி மும்பைக்குள் ஊடுருவினார்கள்? செய்தது முஸ்லிம்களா? சிவசேனா விவகாரம் தூள் பறக்கிறதே, அதனுடன் சம்பந்தப்படுத்தி யோசித்தீர்களா? ரயில்வே அமைச்சர் லாலு என்ன செய்துகொண்டிருக்கிறார்? இன்னும் அறிக்கை ஏதும் வந்தபாடில்லையே? இறந்தவர்கள் குடும்பத்துக்கு என்ன நிவாரணம்? மகாராஷ்டிர முதல்வர் ஏன் இன்னும் வாய் திறக்கவில்லை?

ம்ஹூம். பரப்பிரும்மமே என்று பரிதாபமாக அமர்ந்திருந்தார்கள் காவல் துறையினர். இது மக்களுக்கு மிகுந்த கோபத்தைக் கொடுத்தது. பத்திரிகைகள் கிழி கிழியென்று கிழித்தன. போதாக் குறைக்கு ரிச்சர்ட் பென்னெட் என்கிற பிரிட்டன் உளவுத்துறை நிபுணர் ஒருவர் நடந்த சம்பவத்தைக் கூர்ந்து பார்த்து, கண்டிப்பாக இதனை எந்த ஒரு 'இந்திய' தீவிரவாத இயக்கமும் செய்திருக்க முடியாது; இது வெளிக்கரம் நீட்டிய நாசக்கரம்தான் என்று சொல்லிவைத்தார்.

திட்டத்தின் துல்லியத்தைப் பாருங்கள். சற்றும் பிசகாத குறி. ஏழு குண்டுகள் சொல்லிவைத்த

மாதிரி வெடித்திருக்கின்றன. நூற்றுக்கணக்கான உயிர்கள். எத்தனை வலுவான வெடிமருந்து பயன்படுத்தியிருக்க வேண்டும்? இந்தியாவில் எந்த ஒரு இயக்கத்துக்கும் ஆர்.டி.எக்ஸ். வலு கிடையாது. அவர்கள் நாட்டுச் சரக்குக்காரரர்கள். இது கண்டிப்பாக மேற்கிலிருந்து காஷ்மீர் வழியே உள்ளே புகுந்த குண்டுதான் என்று அவர் சொன்னார்.

சுற்றி வளைத்துப் பார்த்தால் அல் காயிதாவின் திட்டங்களுள் ஒன்றாக அதனை அவர் முன்னிறுத்த முயற்சி செய்வது புரியும். செப்டெம்பர் 11 சம்பவத்துக்குப் பிறகு மாபெரும் இலக்குகள் என்று ஏதுமில்லாவிட்டாலும், சுற்றுலாத் தலங்களையும் மக்கள் நெரிசல் அதிகமுள்ள இடங்களையும் அல் காயிதா தொடர்ந்து குறிவைத்து வருவதைச் சுட்டிக்காட்டினார் ரிச்சர்ட் பென்னெட். பாலி மற்றும் இஸ்தான்புல் தாக்குதல்கள், லண்டன் குண்டுவெடிப்புச் சம்பவங்கள், ஸ்பெயினில் மாட்ரிட் நகரில் நிகழ்த்தப்பட்ட தாக்குதல் ஆகியவை இதற்கு முன்னுதாரணங்கள்.

இந்தியா போன்ற நாடுகள் அல் காயிதாவுக்கு எளிய இலக்கு. நேரடி கவனம் வேண்டாம். பொருள் அல்லது பண உதவி செய்தால் போதும். செய்து முடிக்க அடியேன் என்று ஆயிரம் பேர் தயாராக இருப்பார்கள். தவிரவும் லஷ்கர், ஆதிகாலம் முதல் அல் காயிதாவின் தலைமை சிஷ்ய இயக்கம். ஒண்ணும் ஒண்ணும் இரண்டாக மட்டுமே இருக்கமுடியும் என்பது மேற்படி பிரிட்டன் புண்ணியவான் முதல் சகல உளவுத்துறை அதிகாரிகளும் போட்ட கணக்கு.

ஆனால் மும்பையில் லஷ்கர் இத்தனை சுருதி சுத்தமாக ஒரு காரியத்தைச் செய்ய முடியுமா? காஷ்மீர்

என்றால் முடியும். அது ஹோம் கிரவுண்ட். மும்பை என்பது கொஞ்சம் பேஜார் அல்லவா?

அப்போதுதான் சிமியின் பங்களிப்பு இருக்கமுடியுமா என்று ஆராயத் தொடங்கினார்கள். *Students Islamic Movement of India* என்பதன் சுருக்கமான சிமி, உத்தர பிரதேசத்தில் உள்ள அலிகரில் 1977ம் ஆண்டு தோற்றுவிக்கப்பட்ட ஒரு மாணவர் இயக்கம். இந்தியாவை மேற்கத்திய நாகரிகத்தின் பிடியிலிருந்து விடுவிப்பதைத் தமது நோக்கமாகச் சொல்லிக்கொண்டு ஆரம்பித்தார்கள். ஜமாத் ஏ இஸ்லாமி ஹிந்த் என்கிற அமைப்பின் மாணவர் பிரிவாகத் தொடங்கப்பட்ட சிமி, தொடக்கம் முதல் பல சில்லறைக் கலவரங்களில் சம்பந்தப்பட்டு வந்திருக்கிற இயக்கம். யாசிர் அரஃபாத் இந்தியாவுக்கு வந்தபோது கறுப்புக் கொடி காட்டிப் பிரபல மானார்கள். (ஓஸ்லோ ஒப்பந்தத்துக்கு எதிர்ப்பு.) சுமார் ஐந்நூறு உறுப்பினர்களும் இருபதாயிரம் ஆதரவாளர்களும் அந்த இயக்கத்துக்கு உண்டு.

இந்தியாவில் எப்போது, எங்கே ஹிந்து - முஸ்லிம் பிரச்னை வந்தாலும் உடனடியாகத் தடை செய்யப்படும் இயக்கங்களின் பட்டியலில் எப்போதும் சிமி உண்டு. ஆனால் சரித்திரத்தின் அடிப்படையில் மிகப்பெரிய நாசகாரியம் என்று எதையும் சிமி செய்ததில்லை. அதாவது அவர்களுக்கு அத்தனை பலம் கிடையாது.

ஆனால் எப்பேர்ப்பட்ட காரியத்தையும் எடுத்து செய்து கொடுக்கும் வல்லமை பொருந்திய இயக்கம் என்பது காவல் துறையின் கணிப்பு. இதனடிப்படையிலேயே, லஷ்கரின் வழிகாட்டுதலில் சிமி இந்தக் காரியத்தைச் செய்திருக்கலாம் என்று சந்தேகப்பட்டார்கள்.

இந்தச் சந்தேகாஸ்பதங்கள் எல்லாம் அரங்கேறிக் கொண்டிருந்த அதே சமயத்தில் திடீரென்று ஒரு புதிய கூத்து அரங்கேறியது.

லஷ்கர் ஈ கஹார் (Lashkar E Qahaar) என்கிற அமைப்பு, தாங்கள்தான் மும்பை குண்டு வெடிப்புக்குக் காரணம் என்று அறிவித்தது.

லஷ்கர் எத்தனை லஷ்கரடி என்று தலையில் துண்டு போட்டு உட்கார்ந்துவிட்டார் மும்பை கமிஷனர். முன்னதாக மார்ச் 2006ல் வாரணாசியில் நடந்த ஒரு குண்டு வெடிப்புச் சம்பவத்துக்கு இதே பெயரில் யாரோ பொறுப்பேற்றுக்கொண்ட விஷயம் நினைவுக்கு வந்தது. அல் காயிதா, லஷ்கர் ஈ தொய்பா போன்ற இயக்கங்களுடன் தங்களுக்குத் தொடர்பு உண்டு என்றும் காஷ்மீர் மக்களின் கண்ணீரைத் துடைக்க வக்கற்ற இந்தியாவுக்கு ஒரு பாடம் சொல்லித்தரவே மும்பையில் வெடித்ததாகவும் அவர்கள் சொன்னார்கள்.

ஆனால் உளவுத்துறை இதனை அவ்வளவாகப் பொருட்படுத்தவில்லை. லஷ்கரின் பல்வேறு நாமகரணங்களை யோசித்துப் பார்த்து, இது கண்டிப்பாக லஷ்கராகத்தான் இருக்கமுடியும் என்று சொல்லிவிட்டார்கள்.

கவனிக்கவும். யூகம்தான். உருப்படியான ஆதாரம் என்று எதுவும் இன்றுவரை சிக்கவில்லை. ஆனால் சம்பவம் நடந்த உடனேயே லஷ்கர்தனக்கும் இதற்கும் சம்பந்தமில்லை என்றும், நடந்த சம்பவத்தைத் தாங்கள் வன்மையாகக் கண்டிப்பதாகவும் ஓர் அறிக்கை வெளியிட்டது. கிட்டத்தட்ட அதே சமயத்தில் பாகிஸ்தான் அரசும் வருத்தம் தெரிவித்து ஓர் அறிக்கை வெளியிட்டது.

எங்கப்பன் குதிரில்தான் இருக்கிறான் என்று சொல்வது மாதிரி அமைந்தது இது.

யூகிக்கலாம், குற்றம் சாட்டலாம், கண்டனக் கூட்டங்கள் நடத்தலாம், குடியரசு, சுதந்தர தினங்களில் கொடி ஏற்றிவைத்து, தீவிரவாதிகளை எச்சரித்து வீர உரை ஆற்றலாம்.

ஆனால் உறுதியான ஆதாரங்கள் கையில் சிக்காதவரை உருப்படியாக ஏதும் சாதிக்க முடியாது என்பதுதான் விஷயம்.

பாராளுமன்றத் தாக்குதல் விஷயத்திலும் சரி, இந்த மும்பை தாக்குதல் விஷயத்திலும் சரி. லஷ்கர் ஈ தொய்பா சம்பந்தப்பட்டிருப்பதாகக் காவல் துறையும் உளவுத்துறையும் குற்றம் சாட்டியதே தவிர, கைதானவர்களில் யார் ஒருவரும் லஷ்கரைச் சேர்ந்தவர்கள் இல்லை என்பதை கவனிக்க வேண்டும். மும்பை தாக்குதலில் தொடர்புடையவர்கள் என்று சந்தேகத்தின் அடிப்படையில் கிட்டத்தட்ட முன்னூறு பேரைக் கைது செய்தது காவல் துறை. அவர்களில் பெரும்பாலானோர் சிமி இயக்கத்தைச் சேர்ந்தவர்கள், அல்லது சிமி ஆதரவாளர்கள். ஆனால் யார் மீதும் இன்னும் குற்றம் நிரூபிக்கப்படவில்லை.

○

லஷ்கரைப் பொறுத்தவரை, அவர்கள் பாகிஸ்தான் ஆக்கிரமிப்பு காஷ்மீர் பகுதியில் இருந்து செயல்படுகிறார்கள் என்பது மிக முக்கியமான பலம். வந்து வந்து குண்டு வைத்துவிட்டு ஓடிப்போய் ஒளிந்துகொள்ள மிகவும் சௌகரியமான பிராந்தியம் அது. தன்னளவில் பொருளாதார ரீதியிலும் ராணுவ ரீதியிலும் தன்னிறைவடைந்த இயக்கம் என்பதால்

எத்தனை பெரிய காரியமாக இருந்தாலும் வெகு அலட்சியமாக அவர்களால் செய்து முடிக்க முடிகிறது.

தவிரவும் லஷ்கரின் தற்கொலைப் படையினர். இதில் எத்தனை பேர் உறுப்பினர்கள் என்று இன்றுவரை தெரியவில்லை. ஆனால் காஷ்மீரின் பல பகுதிகளில் லஷ்கர் மேற்கொள்ளும் பெரும்பாலான நடவடிக்கைகளுக்கு அவர்கள் தற்கொலைப் படை வீரர்களைத்தான் அனுப்புகிறார்கள். உயிரே முக்கியமில்லை என்று நினைக்கும் கூட்டம் வேறு எதற்கு முக்கியத்துவம் தரும்?

சமீப காலமாக சர்வதேச நிர்ப்பந்தங்களால் பாகிஸ்தான் அரசு அவ்வப்போது சில லஷ்கர் பிரமுகர்களைக் கைது செய்வதும் விடுவிப்பதுமாக ஒரு நல்ல நாடகத்தைத் தொடர்ந்து அரங்கேற்றிக் கொண்டிருக்கிறது. லஷ்கரின் தலைமை கமாண்டர் ஹ∴பீஸ் முஹம்மது சயீதைக் கூட ஓரிரு முறை கைது செய்து உள்ளே வைத்தார்கள். ஆனால் ஒவ்வொரு முறையும் அவரது கைது சட்டவிரோதம் என்று சொல்லி நீதிமன்றம் அவரை வெளியே அனுப்பிவிடும்.

இதனை இன்னொரு நாடகமாகவும் பார்க்க முடியும். பாகிஸ்தான் அரசுக்கும் லஷ்கருக்கும் ஆகாது; ஒத்துவராது; லஷ்கர் தனியாகத்தான் செயல்படுகிறது என்று நம்பச் செய்வதற்காக மேற்கொள்ளப்படும் நாடகம்.

இன்றைய தேதியில் முஷாரஃப் அளவுக்கு நெருக்கடியில் இருக்கிற தலைவர் என்று வேறு யாரும் கிடையாது. முன்னே போனால் உதைக்கும். பின்னே வந்தால் கடிக்கும். எல்லாம் அமெரிக்காதான். அரசியல் ஸ்திரத்தன்மை என்பதன் ஸ்பெல்லிங்

தெரியாத பாகிஸ்தான் அரசுக்கு அனைத்துத் தரப்பினரையும் திருப்திப்படுத்தியாகவேண்டிய இருப்பியல் நெருக்கடி இருக்கிறது.

வேறு வழியில்லாமல் அவர்கள் தீவிரவாத முகாம்களின் மீது தாக்குதல் நடத்துகிறார்கள். கைது செய்கிறார்கள். பிறகு விடுவிக்கிறார்கள்.

இந்தக் கட்டுப்பாடு, நிர்ப்பந்தம் எல்லாம், இயக்கங்களுக்கும் தெரியும். நீ அடிக்கிறமாதிரி அடி, நான் இடிக்கிற மாதிரி இடிக்கிறேன் என்று பேசிக் கொள்ளாமல் போட்டுக்கொண்ட ஒப்பந்தம்.

இந்தியாவுக்கு வேறு வழிதான் என்ன?

உண்மையைச் சொல்வதென்றால் ஒன்றுமில்லை. லஷ்கர் உள்ளிட்ட எந்த ஒரு பாகிஸ்தான் தீவிரவாத இயக்கமும் இந்திய எல்லைக்குள் ஊடுருவாமல் இருக்க வேண்டுமானால் முதல் தேவை, உள்ளூரில் அவர்களுக்கு ஆதரவாளர்கள் இல்லாமல் இருப்பது.

குறிப்பாக காஷ்மீரில்.

ஆனால் நிலைமை முற்றிலும் இதற்கு எதிரானதாகவே இருக்கிறது. இந்தியக் காவல் துறையினரின் அவ்வப்போதைய அத்துமீறல்கள், எல்லைப்புற மக்களின் இருப்பியல் சிக்கல்கள், வேலை வாய்ப்பின்மை, பாதுகாப்பின்மை, சரணடையும் முன்னாள் தீவிரவாதிகளைப் போட்டுப் படுத்தி, பிச்சிப் பிடுங்குவது போன்ற பல அம்சங்கள் சேர்ந்துதான் அவர்களை இந்தியாவுக்கு எதிரான நிலை எடுக்கவைக்கின்றன.

காஷ்மீரில் நடக்கும் மனித உரிமை மீறல்கள் பற்றிய பல அறிக்கைகள் வெளியாகியிருக்கின்றன. ஒரு

நாளைக்குக் குறைந்தது ஒரு சம்பவமாவது மக்கள் விரோத நடவடிக்கைக்கு உதாரணமாகக் கிடைக்கிறது. இது, எங்கோ தெற்கு மூலையில் இருந்து படிக்கிற நமக்கே வேதனை தரும்போது, காஷ்மீரிகளின் உணர்வைச் சற்று யோசித்துப் பார்க்கலாம்.

காஷ்மீர் மக்களின் மனத்தைக் கவரும் வகையில் இந்திய அரசும் காவல் துறையும் எல்லை பாதுகாப்புப் படையும் நடந்துகொண்டாலொழிய லஷ்கர் ஈ தொய்பா போன்ற இயக்கங்கள் காஷ்மீர் வழியே இந்தியாவுக்குள் ஊடுருவி குழப்பம் விளைவிப்பதைத் தவிர்க்கவோ தடுக்கவோ முடியாது!

ooo

www.ingramcontent.com/pod-product-compliance
Ingram Content Group UK Ltd.
Pitfield, Milton Keynes, MK11 3LW, UK
UKHW041951190726
13854UKWH00005B/1899